அல்ஃபோன்சம்மாவின் மரணமும் இறுதிச்சடங்கும்

பால் சக்காரியா

தமிழில் : கே.வி.ஜெயஸ்ரீ

அல்ஃபோன்சம்மாவின் மரணமும் இறுதிச்சடங்கும்	: சிறுகதைகள் (மலையாளம்)
ஆசிரியர்	: பால் சக்காரியா
மொழிபெயர்ப்பாளர்	: கே.வி.ஜெயஸ்ரீ
	: © ஆசிரியருக்கு
முதற்பதிப்பு	: டிசம்பர் 2011
மூன்றாம் பதிப்பு	: மார்ச் 2020
அட்டை வடிவமைப்பு	: பினு பாஸ்கர்
வெளியீடு	: வம்சி புக்ஸ் 19.டி.எம்.சாரோன், திருவண்ணாமலை. செல்:9444867023, 04175 - 251468
அச்சாக்கம்	: மணி ஆப்செட், சென்னை - 600 077
விலை	: ₹ 150/-
ISBN	: 978-93-80545-33-2

Alfonsammavin maranamum **Iruthi sadangum**	: Short stories (Malayalam)
Author	: Paul sakaria
In Tamil	: K.V. Jeyashri
	: © Author
First Edition	: December 2011
Third Edition	: March 2020
Wrapper Design	: Binu Baskar
Published by	: Vamsi books 19.D.M.Saron, Tiruvannamalai-606 601 9444867023, 04175 - 251468
Printed at	: Mani Offset, Chennai-600 077
Price	: ₹ 150/-
ISBN	: 978-93-80545-33-2

www.vamsibooks.com - e-mail: vamsibooks@yahoo.com

மரணச் சித்திரங்கள்

"ஒரு சகமனிதனை அவன் பேசும் மொழி புரியவில்லை என்பதைக் காரணம் காட்டிப் புரிந்து கொள்ளாமல் போய்விடக்கூடாது என்கிற அக்கறையில் பிறக்கிற சமூகச் செயல்பாடுதான் மொழிபெயர்ப்பு" என்கிறார் கலை விமர்சகர் இந்திரன். மலையாள இலக்கிய உலகின் மிக முக்கியமான ஆளுமையான பால் சக்கரியாவின் சிறுகதைகளை அதன் சாரமும், ஆத்மாவும் குறையாமலும், சிதையாமலும் மொழிபெயர்த்திருக்கிறார் ஜெயஸ்ரீ. 'வம்சி' பதிப்பகத்தின் இவ்வெளியீடு ஒரு மொழிபெயர்ப்பின் மூலம், மிக முக்கியமானதொரு படைப்பாளியின் ஆக்கத்தினைத் தமிழில் ஆவணப்படுத்துவதோடு, "மொழிபெயர்ப்பும் மற்றுமொரு படைப்பே" Translation is transcreation என்கிற உணர்வினைத் தருகின்றது. மிக நேர்மையாக சக்கரியாவை அணுகி, கடுமையாக உழைத்து, மிக எளிமையான நகாசுகளுடன் தமிழில் இதனை மொழிபெயர்த்திருக்கின்ற ஜெயஸ்ரீ தொடர்ந்து மொழிபெயர்ப்புத் துறையில் குறிப்பிடத்தகுந்த பங்களிப்பினைச் செய்து வருபவர். ஆரவாரமற்ற அதிஅழகான அல்லிப் பூக்களைப் போல,

படைப்புலகில் தனக்கென ஒரு இடத்தினைத் தக்க வைத்துக்கொண்டு இயக்கி வருபவர். ''எளிமை, ஆற்றொழுக்கு நடை, தடைவிதிக்காத கம்பீரம், தெளிவான பெறுமொழி'' முதலியவை ஒரு நல்ல மொழிபெயர்ப் பாளனின் மிக முக்கியமான தகுதிகள். அதோடு, ஜெயஸ்ரீ மொழிகளின் காதலியாகவே எனக்குப் படுகின்றார். மூலமொழியின் படைப்பைக் காதலுடன் அணுகி கவனமுடன் தழுவி, பிரசவ ஆயாசத்துடன், பெருமையுடன், படைத்திருக்கிற இக்கதைகள் மிக முக்கியமானவை. "அயல் மொழியிலிருக்கும் ஒரு நூலினைத் தனது நாட்டுப் பாராம்பர்யத்திற்கு ஒப்பப் பெயர்த்து எழுதுதலும் ஒரு படைப்புச் செயலே'' எனும் வை.சச்சிதானந்தத்தின் கூற்றையும், "... கதைகளை மொழிபெயர்ப்பது என்றால், கூடியவரை, பாஷை வளைந்து கொடுக்கக் கூடியவரை, ஒரு குறிப்பிட்ட அன்னிய நாட்டு விளக்கத்தையும் விமர்சகர் ந.முருகேசபாண்டியன் கவனத்தில் கொள்ள வேண்டுமென்பார். நமக்கு மிக நெருக்கமான கேரளத்தின் அதிநுட்பமான படைப்பாளியை, மிக அணுக்கமாகத் தமிழில் கொணர்ந்த ஜெயஸ்ரீ நம் தமிழ் இலக்கிய உலகின் கவனத்திற்கும், ஒரு சாதாரண வாசகனின் முழுமனப் பாராட்டிற்கும் உரியவர்.

பால் சக்காரியாவின் இத்தொகுப்பில் உள்ள சிறுகதைகளை வாசித்து முடித்ததும் மரணத்தின் வாசனை சூழ்ந்த ஒரு அறையில் தனித்து விடப்பட்ட மனநிலை என்னை ஆக்கிரமித்துக் கொண்டது. உற்றார் உறவினரின் மரணங்கள், நண்பர்கள், அறிந்தவர்களின் மரணங்கள் எப்போதாவது தனியாக இருக்கும் நேரங்களில் நினைவுகளை அலைக்கழிப்பதைப் போல இருக்கவில்லை அந்த அறையின் வாசனை. உருவமில்லாத மரணம் அருகில் வந்து கைகளில் தவழ்ந்து கொண்டிருந்த புத்தகத்தில் அமர்ந்து என்னோடு பேசிக் கொண்டிருந்தது போன்ற ஓர் உணர்வு. அந்த உணர்வை என்னுள் புகுத்தியதே மொழிபெயர்ப்பாளரின் முதல் வெற்றி.

“Death is terrifying because it is so ordinary. It happens all the time” என்றார் Susan Cheever. மரணம் சாதாரண நிகழ்வாகி விட்டிருப்பது இன்றைய நவீன வாழ்வில் ஒரு நிதர்சனம். வரும் போகும் வழிகளில் தினம் தினம் அகால மரணம் ஒன்றையாவது பார்க்கும்படியாகத்தான் இன்றைய வாழ்க்கை இருக்கிறது. செய்தித்தாள்களைப் புரட்டினால் பக்கத்திற்குப் பக்கம் மரணச்செய்தி ஒன்றையாவது பார்க்காமல் இருக்க முடிவதில்லை. மனதைத் தொடும் வலிமையை இழக்குமளவுக்கு மரணம் சாதாரணமாகிவிட்டது இன்றைய வாழ்க்கையில்.

சமூகத்தின் விளிம்புநிலையில் வாழும் பிச்சைக்காரர்களின் வாழ்க்கையில் நுழையும் ஒரு நடுத்தர வர்க்கத்தைச் சேர்ந்தவரின் பார்வையில் அவர்களது உலகத்தைப் பற்றிய சித்தரிப்பு ‘‘செய்தித்தாள்’’. சமூகத்தின் மையத்தின் வாழ்க்கையைப் புரிந்துகொள்ள வேண்டிய அவசியமில்லாத அவர்களுக்கு, மையத்தின் மனிதர்களின் வாழ்வும் சாவும் ஒன்றுதான் - விளிம்புநிலையின் இரண்டு உலகங்களையும் சில பக்கங்களில் விவரித்துச் செல்கிறார் சக்காரியா. இத்தொகுப்பின் சிறந்த கதைகளில் இது ஒன்று.

“கடல்” “ஓரிடத்தில்” “பிரபஞ்சத்தின் சிதைவுகள்” “ஒரு குறுகலான இடம்” “அல்ஃபோன்சாம்மாவின் மரணமும் இறுதிச்சடங்கும்” என்று மற்ற சிறுகதைகளிலும் வேறு வேறு பாத்திரங்கள், சூழல்களின் பார்வைகளில் இருந்து தொகுப்பு முழுவதுமே மரணத்தின் சித்தரிப்புகள்.

இதில் என்னை மிகவும் கவர்ந்த சிறுகதை, தொகுப்பின் இறுதிக் கதையாக வரும் “அல்ஃபோன்சாம்மாவின் மரணமும் இறுதிச்சடங்கும்”.

Leave her to heaven
And to those thorns that in her bosom lodge,
To prick and sting her

Hamlet இல் வரும் Shakespeare இன் வரிகளை நினைவுபடுத்திய கதை. முப்பத்தாறு வயதிலேயே நோய்வாய்ப்பட்டு இறக்கும் கன்னியாஸ்த்ரீயான அல்ஃபோன்சாம்மா என்ற அன்னக்குட்டி தன் உடலுக்கு வெளியே வந்து தன் மரணத்தைப் பார்க்கும்போது அவளுக்கு ஏற்படும் உணர்ச்சிகளைப் பற்றிய சித்தரிப்பு அற்புதமான புதிய சிறுகதை உத்தி. அவள் உடலை அடக்கம் செய்யும் சக கன்னியாஸ்த்ரீகள், வரும் உறவினர்கள் அனைவரும் தனக்குச் செய்த உதவிகளை நினைவு கூர்ந்து வாழ்க்கைக்கு நன்றி சொல்லி, காற்றோடு கரைந்துவிடுகிறாள்.

மரணம் விடுதலையாகிறது. துயரமான வாழ்க்கையில் இருந்து விடுதலை என்ற பார்வையில் சக்காரியா இக்கதையைப் படைத்திருந்தால் மிகச் சாதாரணமான ஒரு கதையாக இருந்திருக்கும். ஆனால், வாழ்க்கையை ஒரு பேறாக, வாழ்ந்ததை மகிழ்ச்சியாக, தன்னோடு இருந்தவர்கள் உதவியவர்கள் மீதான நேசமாக, அனைவரிடமிருந்தும் நன்றியோடு விடைபெறுவதாகச் சிறுகதையை முடித்திருப்பதில் சக்காரியாவின் மரணம் பற்றிய பார்வையும் வாழ்க்கை பற்றிய பார்வையும் nutshell ல் வெளிப்படுகிறது.

Shakespeare ஐப் போல அவளது ஆன்மாவை மனசாட்சியின் கூரிய முட்களால் கிழிக்கும் கொடுமையான இறுதிச் சோதனையாக மரணம் இங்கே சித்தரிக்கப் படவில்லை.

மரணம் அச்சப்படுவதற்கல்ல. துயரப்படுவதற்கும் அதில் ஒன்றும் இல்லை. அது மிகச் சாதாரணமானது, வாழ்க்கையைப் போலவே. இச்சிறுகதைகளின் நுணுக்கமான இயல்பான சித்தரிப்புகள் வழியாக, மரணத்தைப் பற்றி சக்காரியா உணர்த்தும் நிதர்சனமான வாழ்க்கை உண்மை இது.

எந்த ஒரு சிறுகதைத் தொகுப்பையும் ஒரு theme ற்குள் அடக்கிவிடமுடியாது. அப்படி ஒரு theme ற்குள் அடக்கி

ஒரு தொகுப்பை வாசித்துவிடவும் கூடாது. என்றாலும், இத்தொகுப்பை வாசித்ததில் என் மனதைப் பாதித்த தீவிரமான உணர்ச்சிகளை மட்டுமே இங்கே வைத்திருக்கிறேன். அதன் முழு தீவிரத்தையும் அச்சில் பதிய வைக்க முடியாதுதானே?

இத்தொகுப்பில் என்னைக் கவர்ந்த மற்றொரு அம்சம், குழந்தைகளின் உலகைப் பற்றிய சக்காரியாவின் அழகான சித்தரிப்புகள். "சந்தனுவின் பறவைகள்", "குழந்தை உண்ணி", "ஒரு குறுகலான இடம்" இந்த மூன்று சிறுகதைகளிலும் வரும் குழந்தைக் கதாபாத்திரங்களின் எண்ண ஓட்டத்திலேயே நனவோடை உத்தியைப் பயன்படுத்தி கதையைச் சொல்லியிருப்பது, நினைக்க நேரமில்லாத குழந்தைமை நினைவுகளுக்கு இட்டுச் சென்றது. அதே போல, "ஓரிடத்தில்" "பிரபஞ்சத்தின் சிதைவுகள்" இரு கதைகளும் குழந்தைகளுக்குச் சொல்லும் நீதிக்கதைகளை ஒத்த மாதிரியில் தீவிரமான வாழ்வியல் நெருக்கடிகளைக் கவித்துவமான மொழியில் சித்தரிப்பது தமிழ் இலக்கியத்தில் வழக்கில் இல்லாது போயிருக்கும் ஒரு கதை சொல்லல் மரபை நினைவூட்டுவதாக இருக்கிறது.

"சலாம் அமெரிக்கா" "யாரோ வாசலில்" "கடல்" "நமக்கு வசிக்க முந்திரித்தோப்புகள்" ஆகிய சிறுகதைகள் கேரளச் சமூகத்தின் நடுத்தர, உயர் நடுத்தரப் பிரிவினரின் நெருக்கடிகளை ஒரு கோட்டுச் சித்திரமாக உருவகித்துக் காட்டும் கதைகள். சிறுகதை வடிவத்திற்கே உரிய, வாழ்க்கையின் ஒரு பக்கத்தை slice of life கணகச்சிதமாக உருவ நேர்த்தியோடு விவரித்துக் காட்டுபவை.

"ரகசியப் போலீசும் ஓர் ஆட்டிடையனும்" ஒரு பரிசோதனை முயற்சிக் கதை. ஒரு பின் நவீனத்துவபாணி கதை என்றும் சொல்லலாம். மர்மக் கதையா, துப்பறியும் கதையா, மாய மந்திரக் கதையா என்ற குழப்பத்துடனேயே வாசிப்பவரை இழுத்துச் சென்று சொல்லப்படுவது ஒரு கதைதான் என்பதை இறுதியில் சொல்லும் meta-fiction. கதை

சொல்லல் முறைகளை எந்த நெருடலும் இல்லாமல் இலாவகமாகக் கையாண்டிக்கிறார் சக்காரியா.

தமிழுக்கு, பால் சக்காரியா புதியவர் இல்லை என்றாலும், இத்தொகுப்பு அவரது படைப்புலகத்தை மேலும் விசாலமாக அறிமுகப்படுத்தி வைப்பதாக இருக்கும். தமிழ் படைப்புலகத்தில் தற்சமயம் சிறுகதைகளில் ஏற்பட்டிருக்கும் தேக்கத்தை உடைப்பதாக இருந்தால் இத்தொகுப்பு மேலும் சிறப்பு பெறும்.

ஜெயஸ்ரீயின் நெருடல் இல்லாத மொழியாக்கத்தில் சரளமாக வாசித்த இன்பம் சுகமானது. கேரளச் சமூகத்தின் நவீன வாழ்க்கை நெருக்கடிகளின் சில துளிகளை இச்சிறுகதைத் தொகுப்பின் மூலம் தமிழ் வாசகர்கள் அறியும் வாய்ப்பை உருவாக்கித் தந்த அவருக்கு எனது நன்றிகளும் பாராட்டுகளும். தமிழுக்கு மிக நெருக்கமான கொஞ்சு மலையாளத்தில் இருந்து அவர் மேலும் படைப்புகளைத் தமிழுலகுக்குத் தரவேண்டும்.

மெக்ஸிகோ நாட்டுக் கவிஞர் அக்டோவியா பயஸ் (Octovio payaz) சொன்னார், "ஒவ்வொரு வாசகமும் தனித்துவமானது. அதே நேரத்தில் அது வேறொரு வாசகத்தின் ஒரு மொழிபெயர்ப்புமாகும். எந்த வாசகமும் முழுக்க முழுக்க அசலானதுமல்ல. ஏனெனில் மொழி என்பதே அடைப்படையில் ஒரு மொழிபெயர்ப்புதான்" வார்த்தைகளற்ற குறிகளையும், சைகைகளையும் மொழிபெயர்த்த அந்த முயற்சியில் உருவானதுதானே மொழி என்பதும்! மேலும் அவர் சொல்வது, "ஓரளவுக்கு ஒவ்வொரு மொழிபெயர்ப்பும் ஓர் அசலான கண்டுபிடிப்பு ஆகும்"

அவ்வகையில் ஜெயஸ்ரீயின் இந்த மொழிபெயர்ப்பும் ஒரு அசலான கண்டுபிடிப்பே!

தமிழச்சி தங்கபாண்டியன்

சில வார்த்தைகளும் பிரியங்களும்

சந்தோஷ் ஏச்சிக்கானத்தின் ஒற்றைக் கதவு சிறுகதைத் தொகுப்பிற்குப் பின், அடுத்த மொழிபெயர்ப்புக்கான தேடலில், வாசிப்பில் ஈடுபட்டிருந்த என்னை, பவாதான் மீண்டும் பால் சக்காரியாவின் மற்றொரு தொகுப்பை மொழிபெயர்த்து வெளியிடும் இச்சூழலை உருவாக்கினார்.

அல்ஃபோன்சாம்மாவின் மரணமும் இறுதிச்சடங்கும் கதையுடன், மேலும் பல கதைகள் தொகுக்கப்படாமல் இருப்பதைப் பார்த்து, இப்படியான ஒரு புத்தகம் கொண்டு வரலாமே என்று யோசனை சொன்னார்.

ஒரு படைப்பாளி தன் உள்ளத்தில் தோன்றுவதை அப்படியே எழுதிவிடலாம். ஆனால் மொழிபெயர்ப்பு என்பது தனிமனித முயற்சியே அல்ல என்கிற மொழிபெயர்ப்பாளர் ஸ்ரீராமின் வார்த்தைகளை நான் முழுமையாக நம்புகிறேன். மிக நிச்சயமாகப் பலரின் கூட்டு முயற்சியே என்பதை நான் ஒப்புக்கொள்கிறேன். அப்படி எனக்குப் பக்கபலமாக இருந்து, இந்த மொழிபெயர்ப்புப் பணி முழுவதும் என்னோடு பயணித்த பவாவுக்கு என் நன்றி.

தலைப்புக்கு நெருக்கமாகவே இந்தத் தொகுப்பு நெடுகிலும் மரணக் காட்சிகளால் நிறைந்திருக்கின்றன. எதேச்சையாக நிகழ்ந்ததெனினும் இதில் ஏதோ ஒரு பொருத்தம் இருப்பதாகவே உணர்கிறேன்.

அவருடைய எழுத்துகளின் மீதான பரிச்சயமும், ஒரு ஈர்ப்பும்தான் மீண்டும் மீண்டும் அவரின் புதிய படைப்புகளையும் மொழிபெயர்க்க வேண்டும் என்ற என் விருப்பத்தை மேலிடச் செய்வதாக நினைக்கிறேன்.

பல்வேறு நெருக்கடியான சூழல்களின் இடையிலும், நான் விரும்பிக் கேட்டவுடனே மிக இதமான, அருமையான ஒரு முன்னுரை தந்த என் இனிய தோழி தமிழச்சி தங்கபாண்டியனுக்கு என் பிரியமும், அன்பும்.

சென்ற டிசம்பரில் கொண்டுவர வேண்டும் என்ற முயற்சி இவ்வளவு நீண்ட போதும், மிகப் பொறுமையாக இருந்த இப்புத்தகத்தின் பதிப்பாளரும், என் பிரிய சகோதரியுமான ஷைலுவின் ஆழ்ந்த நீண்ட காத்திருப்புக்கு மிக்க நன்றி.

மிக அழகிய, பொருத்தமான அட்டைப் படம் தந்த பினு பாஸ்கர், வடிவமைத்த மோகனா என இப்பணியில் இணைந்திருந்த அனைவருக்கும் என் ப்ரியங்கள்.

கே.வி.ஜெயஸ்ரீ

உள்ளே...

1. சந்தனுவின் பறவைகள் 13

2. செய்தித்தாள் 20

3. யாரோ வாசலில் 30

4. உறுதிமொழி 33

5. கடல் 43

6. வெளிச்சம் பரப்பும் பெண் 50

7. ரகசியப் போலீசும் ஓர் ஆட்டிடையனும் 57

8. ஓரிடத்தில் 67

9. குழந்தை உண்ணி 78

10. காதலின் நிழல் 86

11. நமக்கு வசிக்க முந்திரித்தோப்புகள் 92

12. சலாம் அமெரிக்கா 107

13. பிரபஞ்சத்தின் சிதைவுகள் 122

14. ஒரு குறுகலான இடம் 138

15. அல்ஃபோன்சாம்மாவின் மரணமும் இறுதிச்சடங்கும் 151

சந்தனுவின் பறவைகள்

கையில் கொங்கிணிப்பூவின் கிளையுடன் சந்தனு காத்து நின்ற முற்றத்தின் மூலையில் மாலைநிழல், பலாமரக் கிளைகளின் இடைவெளியில் சாய்ந்து இறங்கி மண்ணில் வீழ்ந்த இலைகளைப் போர்த்தி உறங்கியது. உயரத்தில் பரவியிருந்த ஆகாயத்தில் மேகங்களும், மேலே ஒரு பெரிய துளை விழுந்த கூடாரம்போல இருக்கும் பலாமரத்தின் கிளைகளும், அவற்றினூடாக வரும் வெயிலின் அசையும் நிழலும் சந்தனுவின்மீது ஒளியினை வரைந்தது. அவனுக்குப் பின்னால் முற்றத்தின் ஓரத்தில் செம்பருத்திப் புதர், சில உள்ளசைவுகளால் குலுங்கின. அவன் அசையாமல், மூச்சடக்கி, இறுக்கிய கையில் ஒரு வாளைப்போலப் பிடித்த கொங்கிணிப் பூக்கிளையோடு, செம்பருத்திப் புதரை உற்றுப் பார்த்துக்கொண்டு, காய்ந்த இலைகளின்மீது ஒரு பொம்மையைப் போல் அசையாமல் நின்றான். திடீரென, புதரின் அசைவுகள், இலைகளை உதிர்த்து சிறகடிப்புகளாக மாறி ஆகாயத்துக்கு உயர்ந்து, பலாமரத்தின் உச்சியில் சில அசைவுகளோடு முடிந்தன. சந்தனு மீண்டும் ஒருமுறை தோல்வியுற்றான்.

பறவைகள் அவனை மேலும் ஒருமுறை ஏமாற்றின. அவன் மிக விருப்பத்துடன், அசையாமலும் பேசாமலும் காத்திருந்தும், அவனுடைய கொங்கிணிக் கொம்பில் அவை வந்து அமரவில்லை. கொங்கிணிப்பூ வாசத்தை மீறி நோக வைக்கும் சிறு உதடுகளும், மாயஜன்னல்கள் போன்ற கண்களும், காற்று வீசி ஒதுக்கும் பறவைகளின் இறகுகளும் அவனை ஆர்ப்பரிக்க வைக்கவில்லை. அவனோ, அவை தன் கன்னத்தில் சிறகடிப்பதும், கீழே வந்து அமர்வதுமான ஆனந்தத்தினை விடவும், எத்தனையோ காலமாக அவற்றிடம் ஒரு செய்தியைக் கேட்டறியக் காத்திருக்கிறான். நீங்கள் மரணமடையும்போது எங்கே போகிறீர்கள்? அல்லது உங்களுக்கு மரணமேயில்லையா?

தன்னுடைய ஐந்து வயதிற்குள்ளாக, சந்தனு பல முயற்சிகளின்மூலம் பறவைகளுக்கு மரணமில்லை என்பதையும் அதனுள் வேறேதோ ஒரு ரகசியம் மறைந்திருப்பதையும் அறிந்துகொண்டான். சந்தனு இறந்த மனிதர்களையும் மிருகங்களையும் முன்பே பார்த்திருக்கிறான். இறந்து கொண்டிருந்த ஒரு பூனைக்குப் பக்கத்திலேயே ஒருமுறை இருந்திருக்கிறான். மழைநீர் தேங்கியிருந்த ஒரு குட்டையினருகே, நனைந்த ரோமத்தோடு ஒரு பூனை போவதைப் பார்த்து, சந்தனு அதன் பின்னாலேயே ஓடினான். தன் கூரிய நகங்களால் மண்ணைச் சுரண்டியபடி ஒரு மனிதனைப்போல மூச்சிரைத்தபடி அது எதிலிருந்தோ தப்பித்துக்கொள்ள முயன்று கொண்டிருந்தது. ஏதோ ஒரு கனவில் நடப்பதைப் போல இயல்பற்ற மெதுவான அசைவுடன் அது மேலும் நகர்ந்தது. சந்தனு அதனருகில் குத்துக்காலிட்டு அமர்ந்து சுற்றிலும் பார்க்க, மூன்று நாய்கள் மிகுந்த உற்சாகத்துடன் அவனைக்கூடச் சட்டை செய்யாமல் பூனையை நோக்கிப் பாய்ந்து வந்தன. பூனையின் உடலிலிருந்த காயங்களை அவன் அப்போதுதான் கவனித்தான். அவன் ஆக்ரோஷத்தோடு நாய்களைக் கல்லெறிந்து அடித்துத் துரத்தினான்.

பெருமுயற்சியுடன் நாய்களுக்கெதிராக உயர்த்திய கூர் நகங்களுடனான ஒரு கையை, பூனை கீழிறக்கியது. அதன் சீறல் தொண்டையிலிருந்து உயர்ந்து ஒரு மனித சப்தமாக மாறியது. அது ஒரு ஆசுவாசத்துடன் மழைநீருக்குள் விழுந்தவாறே சந்தனுவைப் பார்த்தது. அதன் கண்களை அவனும் உற்றுப் பார்த்தான். அப்படி அவன் பார்த்துக் கொண்டிருக்கும்போதே அது கண்களை மூடி சந்தனுவின் எதிரிலேயே இறந்தது. அவன் நிம்மதியடைந்தான். அவன் எழுந்து ஓர் இலையைப் பறித்து பூனையின் நனைந்த வாலைப் பிடித்துத் தூக்கி வழியோரத்துப் புல்லின்மேல் போட்டான். நாய்களுள் ஒன்று தொலைவிலிருந்து மறுபடியும் திமிறிக்கொண்டு வேகமாய் ஓடிவந்தது. சந்தனு அசையாமல் நின்றான். நாய் பூனையின் உடலினருகே சென்று அதை முகர்ந்தது. மறுபடியும் முகர்ந்தது. தலையையுயர்த்தி ஓரிருமுறை வாலாட்டியது. ஒரு நிமிடம் நம்பிக்கையின்றி அது அங்கே நின்றது. பின்னர் விழத் தொடங்கிய சாரல்மழையினூடாக நனைந்துகொண்டே மெதுவாக எங்கேயோ நடந்து சென்றது.

ஆனால், பறவைகள் அவனுக்குள் புரியாத ஒரு ரகசியத்தை உருவாக்கியிருந்தன. அவை மரணமடைவதென்றால் எங்கே அவற்றின் சடலங்கள்? ஒரு பறவைகூட இறந்துகிடப்பதை சந்தனு பார்த்திருக்கவில்லை. அவனுடைய ரகசியத் தேடல்களெல்லாம் சென்றடைந்தது, வேறேதோ மறைக்கப்பட்ட புதிரான ரகசியத்திற்குத்தான். பறவைகளின் மரணத்தைப் பற்றியதான இந்தத் தேடல்களில் சந்தனுவிற்கே ஒரு தெளிவான நோக்கமிருந்தது. ஒருபோதும் தன்கையில் அகப்படாமல் பறந்து சென்ற பறவைகளை, அவை இறந்து கிடக்கும்போதாவது நிதானமாகக் கையிலெடுத்துப் பார்த்திருக்கலாமே என்ற சுயநலம்தான் அது.

அவை ஏதோ மறைவிடங்களில்தான் மரணமடைகிறது என்றெண்ணி அவன் குருவிகளை அவற்றின் காற்றிலாடும் கூடுகளிலும், பொன்மான்பறவைகளை அவற்றின்

பொந்துகளிலும், கருகிலாஞ்சிப் பறவைகளைச் சிறு காடுகளிலுமாக நிரந்தரமாகப் பின்தொடர்ந்தபடி இருந்தான். ஆனால், அவையெல்லாம் இறகுகளின் ஜாலவித்தையில், இலைகளின் அசைவில் அவனிடமிருந்துத் தப்பித்துச் சென்றன. பொந்துகளிலும், சதுப்புகளிலும், மூங்கில் காடுகளின் கல்லும் முள்ளும் நிறைந்த மறைவான பாதைகளிலும் சந்தனு பறவைகளைப் பின்தொடர்ந்தான். அவன் எவ்வளவோ சின்னச் சின்ன உயிரற்ற உடல்களைக் கண்டடைந்தான். அணில்கள், எலிகள், பாம்புகள், ஒருமுறை ஓர் ஓநாய், பட்டாம்பூச்சிகள் என்றிப்படி எவையெல்லாமோ அவனுடைய இந்தத் தேடுபாதைகளில் கிடைத்தன. ஆனால், இவற்றின் வரிசையில் அவன் ஒரு பறவையைக்கூட இதுவரைப் பார்க்கவில்லை.

இத்தருணத்தில்தான் சந்தனு கடவுளைப் பற்றி அறிந்தான். இறந்து போகின்றவர்களை வரவேற்கின்றவனும், வாழ்ந்து கொண்டிருப்பவர்களை நேசிப்பவனுமே கடவுள். அவர் மேகங்களுக்குள் பறந்து செல்வார். காடுகளுக்குள் பதுங்குவார், குழந்தைகளுடன் விளையாடுவார். நீரில் ஓர் இலையாக மூழ்கிச் செல்வார். இறந்தவர்களின் ஆத்மாக்களுடன் இறைவன் மேகங்களுக்குப் பின்னால் பறந்து விளையாடுபவராகவும், வாழ்ந்து கொண்டிருப்பவர்களின் ஆனந்தக் கூப்பாடுகளைக் காது கொடுத்துக் கேட்பவராகவும் இருப்பார். இறைவனைக் காண்பது வெகு எளிது. அவர் எங்கேயும் இருக்கிறார். அவ்வாறிருக்க ஒரு நாள் ஓடைக்கரையில் இறந்துகிடந்த ஒரு மீனின் செதில்களின் வண்ணங்களைச் சந்தனு பார்த்துக் கொண்டிருந்தபோது, அந்த ஈரத்திலிருந்து தெய்வம் ஒரு தவளையாக அவன் முன்னால் குதித்து வந்தது.

அவனை உற்றுப் பார்த்தபடியே அது நட்புடன் மெதுவாக அவனிடம் என்னவோ சொல்லிற்று. சந்தனு ஒரு பெருந்திருப்தியுடன் மீனைக் கையில் பிடித்துக்கொண்டு

ஓடைக்குள் குதித்தான். இறந்த மீன் வெயிலில் ஒரு வெள்ளிக் கீற்றுபோல மின்னிக்கொண்டு கைகளிலிருந்து நழுவி அலைகளில் விழுந்து மூழ்கிப் போனது. சந்தனு கரையேறி ஒரு கை தண்ணீர் எடுத்து அத்தெய்வத்தின்மீது தெளித்தவாறே, 'நாம் பறந்து போகலாமா?' என்று கேட்டான். தெய்வம் சந்தனுவின் விரல்களிலிருந்து பொழிந்த மழையை ஸ்வீகரித்துக்கொண்டு அவனிடம் ஏதோ ரகசியத்தை மீண்டும் மீண்டும் சொல்லியது.

சில நாட்களுக்குப்பிறகு சந்தனு ஒரு கனவு கண்டான். பூக்கள் நிரம்பிய மரம்போல இருந்த ஒரு கொங்கிணிக் கிளையைக் கையில் பிடித்தபடி, முற்றத்தின் மூலையில் நிற்கிறான். மரங்கொத்திகளும், பொன்மான்களும், ஓலேஞ்ஞாலிகளும் இலைகளிலிருந்து தலைகளை வெளியே நீட்டி அதன் காய்களையும் பூக்களையும் பார்த்துக் கொண்டு பறந்து உயர்வதும், தாழ்ந்து அமர்வதுமாக இருக்கின்றன. அவற்றின் சிறகிசைத்தலும், பாட்டும், உற்சாகமும் சந்தனுவிற்குக் கேட்கின்றன. மேகங்கள் கீழிறங்கி வந்து மூடுபனிபோலக் கொங்கிணிக் கிளைகளை உரசிச் சென்றன. அக்கிளைகளில் நட்சத்திரங்கள் வந்தமர்ந்து ஒளிர்ந்தன. ஒரு கிளையில் பிறைநிலா பேரழகோடு அமர்ந்திருந்தது. அவற்றிற்கிடையிலெல்லாம் பறவையின் இறகுகள் அலைந்து திரிந்து கொண்டிருந்தன.

சந்தனு மெல்லமெல்ல ஓர் இயந்திரப் பொம்மையைப் போலத் தலையைத் திருப்பி அப்பறவைகளைப் பார்த்து தன் நாவின் நுனியில் அரித்துக் கொண்டிருந்த அக்கேள்வியைக் கேட்டான்.

'உங்களுக்கு மரணமேயில்லையா? நீங்களெல்லாம் மரணத்திற்குப் பிறகு எங்கே போகிறீர்கள்?'

ஏதோ ஓராயிரம் ஜன்னல் கதவுகள் ஒன்றாக மூடுவது போன்றதொரு சிறகடிப்போடு அவனைச் சுற்றிலும் ஒரு மென் சூறாவளியை உருவாக்கியபடி அப்பறவைகள் மொத்தமாய்

ஆகாயத்தை நோக்கிப் பறந்தன. கொங்கிணிக் கொம்பும் நட்சத்திரங்களும்கூட மறைந்துபோயின.

ஒரு நிராதரவான சூன்யம் சந்தனுவைச் சுற்றிச் சூழ்ந்து கொண்டது. சந்தனு தூக்கத்திலிருந்து விழித்து, ஓர் ஆழ்ந்த துக்கத்துடன் ஜன்னலுக்கு வெளியே, இருள் நட்சத்திர ஒளியில் கரையும் ஏதோ ஒரு மாயக் காட்சியைப் பார்த்தபடியே படுத்திருந்தான். தூரத்தில், காடுகளில் தெய்வம் மின்மினிகளாக ஒளிர்வதும், அணைவதுமாகச் சந்தனுவின் தனிமையைப் பார்த்தபடியே இருந்தது. ஒளிர்வதும் உதிர்வதுமான அவ்வொளியைப் பார்த்தபடியிருந்த சந்தனு கனவுகளற்ற ஓர் உறக்கத்திற்குப் போனான்.

மறுநாள் பலாமரத்தின் அடியில் ஒரு கொங்கிணிக் கொத்துடன் வந்து நின்றான். அடுத்து வந்த எல்லா நாட்களிலும் அப்படியே. அந்நாட்களிலெல்லாம் பறவைகள் அவனைத் தோற்கடித்தபடியே இருந்தன.

இன்று சந்தனு அக்கொங்கிணிக் கொத்தைக் கீழே போட்டுவிட்டு முற்றத்தில் தாழ்ந்து இறங்கிய வெயிலினூடாக நடந்து வராந்தாவில் ஏறினான். ரொம்ப நேரம் அவன் பலாமரக் கிளைகளின் ஊசலாட்டத்தைப் பார்த்துக் கொண்டிருந்தான். பிறகு வீட்டிற்குள்ளே ஒரு நாற்காலியில் அமர்ந்து வாசித்துக் கொண்டிருந்த அப்பாவின் மடியில் ஏறி அவரைப் பார்த்தபடியே அமர்ந்தான். அப்பாவின் இரு கன்னங்களிலும் கை வைத்து முகத்தை நெருக்கி கண்களுக்குள் பார்த்தான். 'என்ன சந்தனு? உனக்கு என்ன பிரச்னை?' என்று கேட்டார் அப்பா.

'அப்பா, பறவைகள் சாவதில்லையா?'

'இல்லை சந்தனு'

'பிறகு இவற்றிற்கு என்ன நேர்கிறது?' அப்பா சந்தனுவின் முகத்தைத் தன் கைகளில் தாங்கிப் பிடித்துக் கொண்டே சொன்னார்.

‘நான் உன்னிடம் ரகசியமாகச் சொல்கிறேன். அவை மரணமடைவதற்குப் பதில் பறந்து பறந்து போகின்றன. மேகங்களினூடே, மலைகளும், ஆறுகளும் கடந்து, பிறகு சந்திரனையும் சூரியனையும் கடந்து, நிர்மலமான ஆகாயத்தினூடாக நட்சத்திரங்களையும், கிரகங்களையும் பின்தள்ளி, புதிய உலகை நோக்கிப் பறக்கின்றன. தெய்வம் மத்தாப்புபோல எரியும் வால்நட்சத்திரமாக நின்று அவற்றிற்கு வழிகாட்டுகிறார்’

சந்தனு அப்பாவின் இரு காதுகளையும் பிடித்துத் தன்னோடு சேர்த்துக் கொண்டு கேட்டான்,

‘என்னோட அம்மாவும் அப்படிப் பறந்து போவதைப் பார்த்ததாகத்தானே நீங்க சொன்னீங்க? அம்மா ஒரு பறவையாகத்தான் இருந்தாங்களா?’

ஆமாம் என்று அப்பா சொல்லப் போவதைக் கேட்க ஆவலுடன் சந்தனு அப்பாவின் மடியில் நெருங்கி அமர்ந்தான். வெளியே தாழ்ந்துவரும் வெயிலை நடுங்கச் செய்யும் சிறகடிப்புகளுடன் அவனுடைய பறவைகள் ஆகாயம் நோக்கி உயர்ந்தன. மலைகளிலிருந்து இறங்கி வந்ததொரு காற்றில் அவை பறந்து சென்றன.

செய்தித்தாள்

பாலாய்க்குப் பக்கத்திலுள்ள சேர்ப்பூங்கலில் ஒரு நாள் காலையில் இன்னும் திறக்கப்படாமல் இருந்த கடையொன்றின் திண்ணையிலமர்ந்து பதினான்கு பிச்சைக்காரர்கள் செய்தித்தாள் வாசித்துக் கொண்டிருந்தார்கள். அவர்களில் வயதானவர்களும் நடுத்தரமானவர்களும், இளைஞர்களும் இருந்தனர். குண்டானவர்களும், ஒல்லியானவர்களும், கறுப்பானவர்களும், மாநிறமானவர்களும், சிவப்பானவர்களும் இருந்தனர். குள்ளமானவர்களும், நடுத்தர உயரமுள்ளவர்களும் இருந்தனர். ஒரு கையில்லாதவர்களும், ஒரு கண் தெரியாதவர்களும், ஒரு காலில்லாதவர்களும் இருந்தனர். அவர்கள் எல்லோரும் அழுக்கான உடைகளோடு இருந்தார்கள் எனினும் கிழிந்த உடைகளோடு யாருமில்லை. சிலர் வேட்டியும் துண்டும், சிலர் சட்டையும் அணிந்திருந்தனர். செருப்பு போட்டவர்கள் பலர் இருந்தனர். நாலைந்துபேர் பீடி பிடித்துக் கொண்டிருந்தனர். இந்தக் கூட்டத்தில்

பெண்கள் யாருமில்லை. எல்லோருடைய முகங்களும் மகிழ்ச்சியை இழந்திருந்தன. வாழ்க்கை மீதிருந்த வெறுப்பு எல்லோருடைய முகங்களிலும் பிரதிபலித்தது.

இந்தப் பிச்சைக்காரர்களின் கூட்டம் உண்மையில் செய்தித்தாள் வாசித்துக் கொண்டிருக்கவில்லை, செய்தித்தாள் வாசிப்பதைக் கேட்டுக் கொண்டிருந்தது. ஒருவன் வாசிக்க, மற்றவர்கள் கேட்டுக் கொண்டிருந்தனர். வாசித்துக் கொண்டிருந்தவன் பிச்சைக்காரனல்ல. தன் மனைவிக்கு வேறு ஒரு ஆணோடு தொடர்பு இருக்கிறது என்பதைக் கண்டுபிடித்த பிறகு, முப்பத்தைந்து வயதுடைய மனைவியையும் பதினான்கு, பனிரெண்டு வயதுடைய குழந்தைகளையும் பிரிந்து வீட்டைவிட்டு வெளியேறிய ஒரு மத்திய வயதுடையவன். அவன் முற்றும் துறந்த வாழ்க்கையை ஆரம்பித்து சில வாரங்களே ஆகின்றன

ஒருநாள் யாரிடமும் சொல்லிக் கொள்ளாமல் வீட்டை விட்டு வெளியேறி அலைந்து திரிந்து தன்னை யாரும் கண்டுபிடிக்க முடியாத தூரத்திலிருந்த சேர்ப்பூங்கலை அடைந்தான். அங்கே பாதையோரத்தில் நின்றிருந்த குழந்தையேசு சிலையைச்சுற்றி கட்டப்பட்டிருந்த மின்விளக்கு அலங்காரத்தில் கவரப்பட்டு நிற்கையில், அவன் கண்கள் குழந்தை யேசுவின் முகத்தில் பதிந்தன. தன் மகனின் முகமே யேசுவிற்கும் இருப்பதாக அவனுக்குத் தோன்றியது. அந்தச் சந்தோஷத்திலேயே அங்கேயிருந்த ஒரு கடைத்திண்ணையில் படுத்துத் தூங்கினான். அப்படியே அங்கேயே தங்கிவிட்டான். அதன்பின் எப்போதும் குழந்தையேசுவின் முகத்தை அவன் பார்த்ததேயில்லை. தன் மகனின் முகம் நினைவில் வந்து இதயத்தைக் காயப்படுத்துவதை அவன் தவிர்த்தான்.

சந்திரன் என்ற பெயருடைய அவன் கடைத்திண்ணையில் உறங்குவதும், பத்திரப்படுத்தி வைத்திருந்த பணத்திலிருந்து

சிறிதுசிறிதாகச் செலவு செய்து சாப்பிட்டுக் கொள்வதும் மீனச்சல் ஆற்றில் குளித்துத் துவைப்பதுமாகக் காலத்தைக் கழித்தான். அப்படித்தான் பிச்சைக்காரர்களின் இக்குழுவோடு பழக்கமாகி அவர்களுக்காக தினம் தினம் பத்திரிகை வாசிக்கும் வேலையையும் ஏற்றுக்கொண்டான். படிப்பு வாசனை உள்ளவர்கள் இந்தக் கூட்டத்தில் இருந்தாலும் தினசரிகளின் பக்கங்களில் உள்ள செய்திகளை அணுகவும், தேவையானதைக் கண்டடையவுமான திறமை தங்களுக்கில்லை என்ற எண்ணம் அவர்களிடையே மண்டியிருந்தது.

இது வாழ்க்கையின்மீது அவர்களுக்கு இருந்த வெறுப்பையே காட்டுவதாக இருந்தது. கடைத் திண்ணையிலமர்ந்து ஒரு பழைய செய்தித்தாளைப் படித்துக் கொண்டிருந்த சந்திரனை அவர்கள் அணுகி தங்களின் விருப்பத்தைச் சொன்னவுடன் அவன் அவர்களின் செய்தி வாசிப்பாளன் ஆனான். அவனையும் ஒரு பிச்சைக்காரனாகத்தான் அவர்கள் நினைத்திருந்தனர். ஆனால் அவனுக்கும் தங்களுக்குமிடையே ஓர் அடிப்படை வித்தியாசமாக அவன் இடுப்பில் இருந்த ஒரு பர்சையும், அதில் இருந்த கொஞ்சம் பணத்தையும் அவர்கள் அறிந்து இருக்கவில்லை.

செய்தித்தாள் வாங்கும் செலவை அவர்கள் பகிர்ந்து கொண்டனர். தினமும் செய்தித்தாளின் பக்கங்களில் காணப்படும் மரண மற்றும் திருமண நிகழ்ச்சிகளின் விளம்பரங்களைப் படித்துக் காண்பிப்பதுதான் அவனுடைய முக்கியமான வேலை. அவர்கள் தங்களுக்குக் கிடைத்த செய்திகளின் அடிப்படையில் சமீப இடங்களிலுள்ள சடங்குகள், விருந்துகள் நடக்கும் வீடுகள், கோவில்கள், மசூதிகள், கல்யாண மண்டபங்கள் போன்றவற்றைத்

தங்களுக்குள் பங்கிட்டுக்கொண்டு அங்கே செல்வார்கள். சந்திரன் அவர்களுக்குத் தன்னாலான விதத்தில் வழிகளும், பேருந்துத் தடங்களும், முகவரிகளும் கண்டுபிடிக்க உதவியாயிருந்தான். அது மட்டுமின்றி அவர்களுக்கு அதிகம் தானம் கிடைக்கும் இடங்களைக் கண்டுபிடித்துக் கொடுக்கவும் அவன் அறிந்திருந்தான். சந்திரன் அவர்களின் யாசக வாழ்விற்கு உற்ற துணையாகியிருந்தான்.

அவர்களுக்குக் கிடைப்பதில் ஒரு பகுதியைச் சந்திரனுக்குக் கூலியாகக் கொடுக்கவும் அவர்கள் சம்மதித்தனர். ஆனால் அவன் அதை ஏற்றுக்கொள்ளவில்லை. அரைச் சந்நியாசியைப் போல அலைந்து திரிபவன்தான் என்றாலும் நடுத்தர வர்க்கத்தைச் சேர்ந்த ஒருவனுக்கு உழைக்காமல் கிடைக்கும் பொருளின் மீதான உதாசீனம் மட்டுமல்ல இதன் காரணம். செலவில்லாமல் தினமும் ஓசியில் பத்திரிகை படிக்க முடிவதையே அவனுக்கான கூலியாக நினைத்தான். வீட்டைவிட்டு வெளியேறியபோது கையில் எடுத்துக்கொண்ட பணமும், அண்டர்வேரின் பாக்கெட்டில் ரகசியமாக மறைத்து வைத்திருக்கும் தன் தங்கச் செயினும் எத்தனை நாளைக்குத் தனக்கான உணவுத் தேவையைப் பூர்த்தி செய்யுமோ என்ற பயமிருந்தாலும், ஒரு முழுப் பிச்சைக்காரனாகத் தான் மாறுவதை அவன் உள்ளூர வெறுத்தான். அவன் தன் கைப்பணத்தை மிகவும் சிக்கனமாகச் செலவு செய்தான். ஒரு நாளில் ஒரு வேளை மட்டுமே சாப்பிட்டான். மற்ற வேளைகளில் பசியற்று இருக்கப் பழகினான்.

அவன் வீட்டைவிட்டு வெளியேறிய நாலாவது வாரத்தில் அக்கும்பலுக்காகப் பத்திரிகை வாசிக்கும்போது, ஒரு விளம்பரத்தில் அவனுடைய கண்கள் நிலைத்து அகல மறுத்தது. அது அவன் மனைவியின் விளம்பரம்: 'சந்திரண்ணா மன்னிச்சிடுங்க. திரும்பி வாங்க. நானும், ரமேஷும், மல்லிகாவும் காத்திருக்கோம்' உச்சியிலிருந்து கீழே விழுந்தது

போல மூச்சு முட்டியது. ஒரு மாய உலகத்தைப் பார்ப்பதுபோல மீண்டும் அந்த விளம்பரத்தை உற்றுப் பார்த்தான். அவன் கண்களில் நீர் நிறைந்தது. பட்டெனக் கண்ணீரைத் துடைத்தபடி தன் வாசிப்பைத் தொடர்ந்தான்.

'இன்று மணமக்கள் ஆகின்றனர். 'பாலா' வில் உள்ள பத்ராசன தேவாலயத்தில் 11 மணிக்கு பேபிச்சனும் மேரியம்மாவும்'

மிச்சமிருந்த விளம்பரங்களையும், செய்திகளையும் வாசித்து ஒவ்வொரு பிச்சைக்காரனுக்குமான அன்றைய பயண இடங்களை விளக்கிய பிறகு வழக்கத்திற்கு மாறாக அப்பத்திரிகையைக் கசக்கிச் சுருட்டி வீசினான். ஒன்றிரண்டு பிச்சைக்காரர்கள் அதிசயமாக அவனைப் பார்த்தனர். பத்திரிகை காற்றில் பறந்து குழந்தை யேசுவின் சிலைக்கு முன்னால் அனாதையாய் விழுந்தது. விடுபட்ட அப்பக்கத்தைத் திரும்ப எடுக்க வேண்டுமென்றும், தன் மனைவியின் அழைப்பை மேலும் ஒரு முறை வாசிக்க வேண்டுமென்றும் அடக்க முடியாத ஆசை அவனுக்குள் எழுந்தது. அதைத் தனக்குள்ளேயே புதைத்துக் கொண்டான். வீசிய காற்றில் அது பறந்து அருகிலிருந்த ஓடையில் விழுந்தது. கடை திறக்க வந்த முதலாளியின் காலடியோசையைக் கேட்டுத்தான் அவன் பகல் கனவுகளிலிருந்து மீண்டான்.

இன்று தன் வீடு மற்றும் மனைவி குழந்தைகளை விட்டு வெளியேறிய நூற்றைம்பதாவது நாள்.

சந்திரன் பத்திரிகையைப் பிரித்து வாசிக்கத் தொடங்கினான். 'ஈராட்டுபேட்டை அரீக்குன்று வீட்டின் அன்னக்குட்டி மாத்யூ காலமானார். இறுதிச்சடங்கு மதியம் மூன்று மணிக்கு அருவித்துறை தேவாலயத்தில் நடைபெறும்' இறுதிச் சடங்கில் யாரெல்லாம் பங்கெடுப்பது என்று தீவிரமான

ஆலோசனைக்குப் பிறகு, பிச்சைக்காரர்கள் ஒரு முடிவுக்கு வந்தனர். கடை முதலாளியின் உருவம் தூரத்தில் தென்படுகிறதா என்று தலையுயர்த்திப் பார்த்தபிறகு சந்திரன் அடுத்த விளம்பரத்தைப் படிக்கத் தொடங்கினான். பல நேரங்களில் கடை திறக்க முதலாளி வந்து சேரும்வரை இச்செய்தி வாசிப்பு நீளும்.

சில செய்திகளிலும், விளம்பரங்களிலும் பிச்சைக்காரர்கள் தங்களின் உணவுத் தேவைகளுக்கும் அப்பால் எதையோ தேடுவதே அதன் காரணம். அவர்கள் குழந்தைகளின் மரணச் செய்தியையே அதிகம் அறிய விரும்பினர். பின்னர் மௌனமாய் வேதனையில் சமிக்ஞைகள் செய்தும், துன்பத்தில் ஆழ்ந்தும் போவார்கள். குழந்தையின் படத்தைப் பார்க்க விரும்பினால் சந்திரன் அதைக் காண்பிப்பான். சிலசமயம் யாராவது ஒருவன் செய்தித்தாளைக் கையில் வாங்கிக் கண்களுக்கருகே வைத்து அதை ஒத்திக் கொள்வான்.

குடும்பத்தின் ஒட்டுமொத்தத் தற்கொலை, சாலை விபத்தில் ஒரே குடும்பத்தினரின் மரணம் என்ற துயரச் செய்திகளைப் பற்றி அறிவதற்கு அவர்கள் ஆர்வப்பட்டனர். ஒருவன் 'காசும், பணமும், காரும் இருந்தா மட்டும் போதுமா?' என்பான்.

ஒருநாள் ஒரு விளம்பரத்தைப் பார்த்த ஒருவன் மௌனமாகிப் பின் தாழ்ந்த குரலில், 'இது என் மகள்' என்றான். மற்ற பிச்சைக்கரர்கள் இதை நம்பாமல் அவனை அனுதாபத்தோடு பார்த்தார்கள். ஆனால் அவன் பொய் சொல்வதாகச் சந்திரன் நினைக்கவில்லை.

உடனே ஒருவன் அவனைப் பார்த்து, 'அப்படின்னா நீங்களே அந்தக் கல்யாணத்துக்குப் போங்க' என்றான். 'என் மகள் கல்யாணத்துக்கே நான் எப்படிப் பிச்சை எடுக்கப் போறது?' என்றான் அவன் துடித்து. எல்லோரும் இதை ஒரு பெரிய

நகைச்சுவையெனக் கருதிச் சிரிக்கவும், தன் குழந்தைகள் பள்ளியில் போவதைத் தானே ஒளிந்திருந்து பார்த்த துயரம் சந்திரனுக்கு ஞாபகம் வந்தது. அதே துயரத்தோடு தனிமைப்படுத்தப்பட்ட அப்பிச்சைக்காரனைப் பார்த்தான். அவன் தீவிர யோசனையில் மூழ்கி, எங்கோ வெறித்துப் பார்த்துக் கொண்டிருந்தான்.

இன்றைய செய்தித்தாளில் வந்த இறுதிச் சடங்கு, திருமண விளம்பரங்கள் மற்ற செய்திகள் என அனைத்தையும் சந்திரன் வாசித்து முடித்திருந்தான். மேம்போக்காக அவன் பக்கங்களைப் புரட்டினான். இறுதிச் சடங்குகள் எப்போதும் வராத ஒரு பக்கத்தில் ஒரு செய்தியை அவன் நடுக்கத்துடன் பார்த்தான். சந்தேகத்தைப் போக்க அவன் அச்செய்தித் தாளைத் தன் முகத்தருகே கொண்டு வந்தான்... அவன் கைகள் நடுங்கிக் கொண்டிருந்தன. முகத்திலும் கண்களிலும் பல்வேறு உணர்ச்சிகள் பொங்கின. அவன் மௌனமாக அச்செய்தியை உட்கொண்டான். 'நீலேஸ்வரம். பிரபல வழக்கறிஞரும் சமூக ஊழியருமான கிருஷ்ணதாஸ் (38) காலமானார். திருமணம் ஆகாதவர்' நம்பிக்கையின்றி சந்திரன் மீண்டும் மீண்டும் அச்செய்தியை வாசித்தான். தன் இதயம் வேகமாய்த் துடிப்பதை அவன் உணர்ந்தான்.

ஒரு பிச்சைக்காரன், 'என்ன அப்படி பாக்கறே? நமக்கு ஏதாவது தேறுமா?' என்று கேட்டான். 'இல்லை' என்றான் சந்திரன் விரக்தியாக. 'இன்னைக்கு அவ்வளவுதானா?' அவ்வளவுதான், அவன் பத்திரிகையைக் கீழே போட்டான். அப்பிச்சைக்காரர்களைப் பார்த்து, 'யாரும் நான் சொல்றதக் கேட்டு அதிர்ச்சி அடையாதீங்க. நான் உங்களோட இருக்கறது இன்னைக்குத்தான் கடைசி நாள்னு நெனைக்கிறேன். நேற்று என் மனைவியின் காதலன், அந்த வக்கீல் செத்துப் போயிட்டான். நான் திரும்ப என் வீட்டுக்குப் போறேன்' என்றான் மிக துக்கம் படிந்த குரலில்.

அவன் சொன்னது என்னவென்று பலருக்குப் புரியவில்லை. புரிந்து கொண்டவர்களும் மௌனத்தில் உட்கார்ந்திருந்தனர். வாழ்வின் ரகசியத்திற்குள் தங்களை மட்டும் தள்ளிவிட்டுவிட்டு, அவன் தப்பித்து ஓடிப் போவதுபோல அவர்கள் உணர்ந்தனர்.அவன் இல்லாத அதிகாலைகளை அவர்களால் தாங்க முடியவில்லை. 'அப்ப நாங்க என்னாகறது?' என்றான் ஒருவன். அவன் பதில் சொல்லாமல் உறைந்திருந்தான். அவர்கள் அவனை மௌனமாக உள்வாங்கிக் கொண்டிருந்தனர். கடையைத் திறப்பதற்கு முதலாளி சமீபிக்கும் நேரம் அது. 'இதற்கு மேலும் என்னால் போகாமல் இருக்க முடியாது. என் மனைவியின் மன்னிப்பு கோரும் விளம்பரம் வேறு முன்பே வந்திருந்தது என்றான் வேறெங்கோ பார்த்தபடி. இதை உள்வாங்கிக் கொள்ளாத ஒரு பிச்சைக்காரன், 'இப்பதான் எங்களோட பிரச்னைெல்லாம் உன்னால தீர்ந்துட்டு வந்துச்சு' என்றான் இழத்தலின் விரக்தியோடு.

"எப்படியும் என்னால் போகாமலிருக்க முடியாது" சந்திரன் திரும்பவும் சொன்னான். 'இந்தப் பத்திரிகையைப் படிக்காமலிருந்தா இவன் என்ன செஞ்சிருப்பான்?' ஒருவன் முணுமுணுத்தான். சந்திரன் அப்பேப்பரைக் கையிலெடுத்து மீண்டும் தன் மனைவியின் காதலனின் மரண அறிவிப்பைப் பார்த்தான். ஒரு தீர்மானத்தோடு எழுந்தான். சந்திரன் கீழே போட்ட அந்தப் பேப்பரை ஒரு பிச்சைக்காரன் எடுத்து ஒன்றும் புரியாமல் பார்த்துக் கொண்டிருந்தான். 'அப்படீன்னா நாளைக்கி நாம பேப்பர் வாங்க வேண்டாமா?' என்றான் ஒருவன். 'வாங்குவோம். நான் படிக்கிறேன்' என்றான் இன்னொருவன். எல்லோரும் அவனைத் துச்சமாகப் பார்த்தார்கள். அவனுக்கு வாசிக்கத் தெரியாதென்பதை அவர்கள் அறிந்திருந்தனர். 'ஏங்க, நாங்க சொல்றதக் கேளுங்க. எங்க வருமானத்ல நாலுல ஒரு பங்கை நாங்க உங்களுக்குத்

தந்தர்றோம். உங்களால நாங்க நெறய பலனடஞ்சிருக்கோம்'. ஒரே நேரத்தில் இருவர் ஒரே குரலில் சொன்னார்கள்.

ஒருவன் அவன் கைப்பற்றியபடி கேட்டான், 'எங்க எல்லோருக்கும்தானே மனைவியும் குழந்தையும் இருக்காங்க. உங்களுக்கு மட்டும்தானா? நீங்க திரும்பிப்போய் என்ன செய்யப் போறீங்க?' தன்மீது படியும் வார்த்தைகளை உதறிக்கொண்டே சந்திரன் முன்னால் நடந்தான். அவர்களைத் திரும்பிப் பார்த்து கையசைத்தபடியே, 'பிறகு பார்க்கலாம்? என்றான். அவர்கள் அவனைப் பார்த்து முணுமுணுத்தனர். 'என்ன பார்க்கலாம்? துரோகி. எப்பவும் பாக்க வேணாம் போடா' என்றான். ஒருவன், 'அவன் செத்துப் போனதாலேயே அவ இவன ஏத்துக்குவான்றதுக்கு என்ன உத்திரவாதமிருக்கு? எல்லாம் இவனோட வெறும் ஆசை என்றான்.

அவன் போவதை அவர்கள் வெறுப்போடு பார்த்துக் கொண்டிருந்தனர். 'இவன் போறதுக்குள்ள அந்தப் பொம்பள தற்கொலை செஞ்சுக்கிட்டிருப்பா பாரு, இவன் அவ சாவுக்குத்தான் போறான்' ஒரு பிச்சைக்காரன் சபித்தான். ஓரிருவர் அதற்குத் தலையாட்டினர். 'ஒரு வேளை இவன் அவளைக் கொல்லத்தான் போவான். அந்தக் காதலன்தான் செத்திட்டானில்ல' என்றான் ஒருவன். வேறொருவன், 'எதுவும் சரிப்பட்டு வரலன்னா அவன் மறுபடியும் இங்கேயே திரும்பி வருவான் பாரு' என்றான்.

அப்போது சாவிக்கொத்தின் சத்தம் கேட்டுத் திரும்பிப் பார்த்தனர். கடை முதலாளி நின்றிருந்தார். அவர்கள் சந்திரன் போன பாதையைப் பார்த்துக்கொண்டே முற்றத்திற்கு வந்துவிட்டிருந்தனர். அவன் பஸ் நிலையத்துக்குள் பஸ்சுக்காகக் காத்திருந்தது இங்கிருந்தே தெரிந்தது. அவர்கள் பேச்சற்று, மெதுவாக அத்திசையை நோக்கி நடந்தனர்.

கரும்புகையைப் பரப்பிய பூஞ்ஞாறு - கோட்டயம் எக்ஸ்பிரஸ் பஸ் அவர்களைக் கடந்துபோய் நின்றது. அவர்கள் நடை வேகப்பட்டது. ஆனாலும் சந்திரன் அப்பேருந்தில் வேகமாக ஏறுவதை அவர்களால் பார்க்க முடிந்தது.

துக்கம் சுமந்த சந்திரனைச் சுமந்துகொண்டு, அப்பேருந்து வேகமெடுத்தது. பேருந்தின் பின் கண்ணாடியில் குழந்தை யேசுவின் மெழுகு சிலை, அப்பகலிலும் ஒளிரும் மின்விளக்குகளால் ஒளிர்ந்தது தெரிந்தது.

அவர்களில் ஒருவன் மிகுந்த வெறுமையோடு, "எல்லாம் வெறும் மாயை" என்று கையை விரித்தான்.

யாரோ வாசலில்

அக்டோபர் இருபத்தெட்டாம் தேதி அதிகாலையில் எம்.எம். சாக்கோ என்ற இளைஞனுக்கு, இறுதியாக தான் யாரென்பது புரியாமல் போனது.

இரவுகளின் கனவுகளில் அவன் தன்னை உணர்ந்திருந்தான். ஆனால் சூரியனின் உலகத்தில் காணாமல் போனான்.

அதனால் அவன் பயத்துடன் தன் கட்டிலின் முன்னாலிருந்த அலமாரியின் கதவில் ஒரு போர்டு எழுதி வைத்தான்.

எம்.எம்.சாக்கோ. எம்.எஸ்ஸி.,

அந்த அலமாரியில் ஆங்கிலத்தில் ஐம்பதும், மலையாளத்தில் பதினெட்டும், இந்தியில் இரண்டுமாக மொத்தம் எழுபது புத்தகங்கள் இருந்தன.

இப்படி முப்பது நாட்கள் சென்றன.

முப்பத்தோராம் நாள் விடியலில் அந்த போர்டு அர்த்தமில்லாமல் போனது. எம்.எம்.சாக்கோவின் நினைவு ஒரு சுழல்காற்றின் மையத்தைப் போலச் சுற்றியது.

அப்போது சாக்கோ அந்த போர்டின்மேல் தன் படத்தை வேதனையோடு ஆணியில் தொங்க விட்டான்.

இருபது நாட்களுக்குப் பிறகு அந்தப் படமும் பொருளற்றதாகிப் போனது. விழித்து எழுந்தவுடன் தான் யாரென்று உணர முடியாத சாக்கோவிடம் அதற்குச் சொல்ல எதுவுமில்லை என்றானது.

பின்னர் அவன் வெடித்துச் சிதறும் இதயத்துடன் தன்னுடைய பெரிய முகம் பார்க்கும் கண்ணாடியை எடுத்து படுக்கைக்கு அருகிலுள்ள ஜன்னல் திட்டில் படுக்கையிலிருந்து கொஞ்சம் உயரத்தில் தன் முகம் தெரியும்படி வைத்தான்.

பத்து நாட்களுக்குப் பிறகு சாக்கோ தாமதமாக எழுந்த காலை வேளையில் அந்தப் பெரிய நிலைக்கண்ணாடியும் பயனற்றுப் போனது.

சாக்கோ கட்டிலில் முகத்தை அழுத்திக் கண்ணீரோடு, தான் யாரென்று நினைவில் கொண்டுவர முயன்று தோற்றுப் போனான்.

அதன் பிறகு அவன் மெல்ல எழுந்து ஸ்கூட்டர் வைத்திருக்கும் தன் நண்பன் விட்டுச் சென்ற ஒரு கேன் பெட்ரோலை எடுத்துத் திறந்து, தன் எழுபது புத்தகங்களையும், தன்னை எப்போதோ காதலித்திருந்த ஒரு காதலியின் பழைய பழுப்புநிற போட்டோவையும், தன் ஆடைகளையும், ஒரு டயரியையும் தன்னைச் சுற்றி பிரமீடு போலக் குவித்து வைத்துக்கொண்டு, அவற்றின்மீதும் அப்படியே தன்மீதும் ஊற்ற முயன்றான். வலுவிழந்திருந்த சாக்கோவுக்கு அக்கேனின் மூடியைத் திறக்க முடியவில்லை.

ஒரு வேளை அதைத் திறந்திருந்தாலும், புகைபிடிக்கும் பழக்கமில்லாத சாக்கோவின் பழைய தீப்பெட்டியில் ஒரு குச்சிகூட மீதமில்லாமல் இருந்தது.

சூரியனின் எரியும் முகம், ஜன்னல் வழியாக அவனைப் பார்த்தது. ஜன்னல் திட்டில் இருந்த கண்ணாடியில் வெளிச்சம் பிரதிபலித்தது.

அக்கண்ணாடியில் மீண்டும் காலம் பிரதிபலிக்கத் தொடங்கியபோது, கதவைத் தட்டும் சத்தம் கேட்டு, எம்.எம். சாக்கோ தலையைத் திருப்பிக் கதவினைப் பார்க்கத் தொடங்கினான்.

உறுதிமொழி

நீ உறுதிமொழி எடுக்கணும், இல்லையா?

ஆமாம், தோழர்.

இன்று மகத்தான இந்திய கம்யூனிஸ்ட் இயக்கத்தின் உறுதிமொழி தினமென்று உன்னிடம் யார் சொன்னது?

தோழர் பிரஷ்னேவ் சொன்னார்.

தோழர் பிரஷ்னேவை நீ எங்கே பார்த்தாய்?

நான் தோழரைக் கனவில் கண்டேன். இரண்டு செங்கொடி இறகுகள் வீச, 'பேட்ரியட்' பத்திரிகையின் ஒரு பிரதியைக் கையிடுக்கில் வைத்துக்கொண்டு, தோழர் ஒரு தேவதையைப் போலப் பறந்து வந்து என்னிடம் சொன்னார்.

தோழருக்கு வேறென்ன அடையாளங்கள்?

கனத்த கன்னம், வீங்கிய கண், மொத்தத்தில் ஒரு காஞ்சிரப்பள்ளிக்காரனின் பிரபுத்துவம்.

தோழர் வேறென்ன சொன்னார்?

செக்கஸ்லோவேகியாவிலும், ஹங்கேரியிலும் உள்ளது போன்ற மகத்தான சுதந்திர ஜனநாயக இயக்கங்கள் நம் இனிய பாரதத்திலும் உருவாவதற்காக சோவியத் நாடு, சோவியத் விமன், பேட்ரியட், ஜனயுகம் பத்திரிகைகளின் விற்பனையை உறுதிப்படுத்த வேண்டுமென்று சொன்னார். அது மட்டுமின்றி, நமக்கு ஒரு நல்ல உளவு நிறுவனம் வேண்டும். உளவு நிறுவனம் இல்லாமலிருந்தால் கம்யூனிஸ்ட் இயக்கம் என்னவாவது என்று தோழர் ஆவேசத்தோடு கேட்டார்.

அது சரிதான். இந்தச் சுவரின் நடுவிலுள்ள படம் யாரோடது?

தோழர் லெனினோடது.

லெனின் தோழருக்கும் மகத்தான இந்திய கம்யூனிஸ்ட் இயக்கத்துக்குமான முக்கிய உறவு என்ன?

சர்தார் கே. எம். பணிக்கர்க்கும் குறுந்தாடி இருந்தது.

சர்தார் கே.எம். பணிக்கர்க்கும் மகத்தான இந்திய கம்யூனிஸ்ட் இயக்கத்துக்குமான உறவு என்ன?

பணிக்கருக்கும் பணிக்கருக்குமான உறவு. பின்னர் தோழர் நாயருடனான குடும்ப உறவு.

நீ தோழர் லெனினையும் பணிக்கர் வருவதாகச் சொல்லும் நவீன சொர்க்கத்தையும் நம்புகிறாயா?

நம்புகிறேன்.

சத்தியமாக?

சத்தியமாக.

பணிக்கர் சொல்லும் சொர்க்கம் இந்தியாவில் எப்போது வரும்?

ஏ,ஐ.டி.யூ.ஸி, ஐ.என்.டி.யூ.ஸி - யில் சேரும்போது.

அது சரி. பணிக்கரின் சொர்க்கம் இந்தியாவில் என்று வரும்?

சர்தார். கே. எம். மாணியிடம் கேட்கணும்.

தோழர் லெனினுக்கு வலப்பக்கத்திலிருக்கும் நிழற்படம் யாருடையது?

தோழர் டாங்கேயுடையது.

தோழர் டாங்கேயின் மகள் பெயரென்ன?

ரோஸா.

ரோஸா அழகியா?

ஆமாம்.

உண்மையாகவா?

ஆமாம்.

தோழர் டாங்கே இறந்தால் ரஷ்யாவிற்குச் செல்லலாமென்று நீ நம்புகிறாயா?

ஆமாம்.

தோழர் லெனினின் இடப்பக்கத்திலிருக்கும் நிழற்படம் யாருடையது?

தோழர் இந்திராகாந்தியுடையது.

தோழர் இந்திராகாந்தியை வெளிப்படையாக, தோழர் என்று அழைக்கலாமா?

அழைக்கக்கூடாது.

எதனால்?

கடைசி மகனுக்குக் கோபம் வரும்.

கடைசி மகனைத் தவிர்த்துவிட்டால் நீ தோழர் இந்திராகாந்தியின்மீது நம்பிக்கை வைப்பாயா?

வைப்பேன்.

சத்தியம்?

சத்தியம்.

கடைசி மகனின் மனைவியை நாம் எப்படி நடத்த வேண்டும்?

தடுத்து நிறுத்தணும்.

சத்தியம்?

சத்தியம்.

தோழர்கள் யஷ்பால் கபூரையும் ஆர். கே. தவானையும், பன்ஸிலாலையும் நம்புகிறாயா?

நம்புகிறேன்.

தோழர் வித்யாசரண் சுக்லாவை நம்புகிறாயா?

நம்புகிறேன்.

தோழர் ஓம் மேத்தாவையும் தோழர் கருணாகரனையும் நம்புகிறாயா?

நம்புகிறேன்.

தோழர்ஜி கமலபதிஜி திரிபாதிஜியை நம்புகிறாயா?

நம்புகிறேன்ஜி.

தோழர்ஜியின் மனைவியின் பெயரென்ன?

சொல்லக்கூடாதுஜி.

எதனால்?

கட்சி ரகசியம்.

அது சரிதான். மேலே சொல்லப்பட்ட தோழர்களை வெளிப்படையாகத் தோழர் என்று அழைக்க முடியுமா?

முடியாது.

எதனால்?

தோழர்கள் ஜான், பிரபாகரன், முஸ்தபா ஆகியோர் கோபித்துக் கொள்வார்கள்.

பத்தொன்பது மாதப் புரட்சியை நீ திடமாக நம்புகிறாயா?

நம்புகிறேன்.

சத்தியம்?

சத்தியம்.

சரி. தோழர் இந்திராகாந்தியின் இடப்பக்கமுள்ள, ஜனயுகத்தின் தாளினால் மூடப்பட்ட நிழற்படம் யாருடையது?

தோழர் அரசியல் அமைப்புக்கு அப்பாற்பட்ட அதிகார மையத்துடையது.

இதை நாம் எதற்காக மூடி வைக்கிறோம்?

மூடி வைக்க வேண்டியதை மூடி வைக்க வேண்டும் என்று தோழர் எங்கல்ஸ் சொல்லியிருக்கிறார்.

இதை நாம் எத்தனை நாட்களுக்கு மூடி வைப்போம்?

தோழர் இந்திராகாந்தி மீண்டும் ஆட்சிக்கு வரும்வரைக்கும்.

தோழர் இந்திராகாந்தி மீண்டும் ஆட்சிக்கு வரும்போது நாம் யாராக இருப்போம்?

மகத்தான இந்திய முற்போக்கு, சோஷலிஸ, ஜனநாயக சக்திகளின் காப்பாளர்களாக, அதை உயர்த்திப் பிடிப்பவர்களாக இருப்போம். உள்துறை, நிதி, உளவுத்துறை ஆகிய துறைகள் நமக்குக் கிடைக்கும்.

சத்தியம்?

சத்தியம்.

தோழர் இந்திராகாந்தி எப்படித் திரும்பி வருவார்?

ஆகாயத்தின் நடுவில் வாத்தியம் இசைக்கும் தேவதைகளும் தேவதூதர்களும் பின் தொடரும்படியான பெரிய மகிமையோடும், பிரகாசத்தோடும்.

சத்தியம்?

சத்தியம்.

தோழர் அரசியல் அமைப்புக்கு அப்பாற்பட்ட அதிகார மையத்திற்குக் கீழே அலங்கரித்து வைக்கப்பட்டிருக்கும் புகைப்படம் யாருடையது?

தோழர் மேனனுடையது.

இது கருங்கடலில் குளித்துத் தாமதமானதற்கு முன்புள்ளதா பின்புள்ளதா?

பின்புள்ளது.

அதெப்படி தெரியும்?

முகத்தின் திருப்தியைப் பார்த்தால் தெரியும்.

தவறு. தோழர் மேனன் எப்போதும் திருப்தியோடுதான் இருந்தார்.

நவ சோஷலிஸ சிந்தனைஒளி முகத்தில் ஓடுவது பார்த்தாலே தெரியும்.

சரிதான். தோழர் மேனன் மிக அதிக திருப்தியோடு இருந்தது எப்போது?

மகத்தான பத்தொன்பதுமாதப் புரட்சி காலத்தில்.

அந்த மகத்தான பத்தொன்பது மாதப் புரட்சிகாலத்தில் தோழர் மேனனின் பங்கை எப்படி விவரிப்பாய்?

அதிஅற்புதம். அரசின் மிகப்பெரிய நற்சான்றிதழ் பெறத்

தகுதியானது. மகத்தான இந்திய கம்யூனிஸ்ட் இயக்கத்தின் கம்பீர உதாரணம்.

தோழருக்கு நற்சான்றிதழ் கிடைக்காமல் போனது எதனால்?

அவருடைய போதாத காலம். வேறென்ன சொல்ல முடியும்?

தோழர் மேனன், தோழர் கருணாகரன் இருவரில் யார் நல்ல தோழர்?

சொல்லக் கூடாது.

எதனால்?

கட்சி ரகசியம்.

தோழர் கருணாகரனும் தோழர் மேனனும் எப்படி திரும்பி வருவார்கள்?

ஆகாயத்தின் நடுவில் வாத்தியம் இசைக்கும் தேவதைகளாகவும் தேவதூதர்களாகவும்......

சரி, சரி. தோழர் மேனனின் இடப்புறம் பிரேம் போட்டு வைத்திருக்கும் கட்டளைகள் எவை?

இருபது அம்சத் திட்டங்களும் ஐந்தம்சத் திட்டங்களும்.

இன்றிவை என்னவாக இருக்கிறது?

மகத்தான இந்திய கம்யூனிஸ்ட் புரட்சியின் மறைந்து தாக்கும் கொரில்லாப் போராளிகளின் அடிப்படைத் தத்துவங்கள். நமது கொரில்லாப் போராளிகளின் கோஷ முழக்கங்கள்.

நம்முடைய கொரில்லாப் போராளிகள் அதிகமாக எங்கேயிருக்கிறார்கள்?

கேரள மந்திரிசபையில்.

இது ஏ.கே. அந்தோணிக்கும் கே.எம். மாணிக்கும் தெரியுமா? தெரியாதா?

தெரியாமலென்ன?

இந்த ரகசிய உறுதிமொழிகள் உனக்கு மனப்பாடமாகத் தெரியுமா?

தெரியும்.

சத்தியம்?

சத்தியம்.

இனி முழங்கால் போட்டு நின்றபடி சொல். நீ தோழர் கோவிந்தன் நாயரை நம்புகிறாயா?

நம்புகிறேன்.

சத்தியம்?

சத்தியம்.

தோழர் கோவூர் அவராச்சனை நம்புகிறாயா?

நம்புகிறேன்.

சத்தியம்?

சத்தியம்.

தோழர் கோவூர் அவராச்சனுக்கும் குறுந்தாடி உண்டு. நிரப்புக : _____

தோழர் லெனினுக்கும் குறுந்தாடி உண்டு.

இனிய அழகிய மனங்கவரும் ரஷ்யாவை நம்புகிறாயா?

நம்புகிறேன்.

சத்தியம்?

சத்தியம்.

பாடாதவற்றைத் தவிர்த்து வயல்களில் கொத்தித் திரியும் கிளிகளை நம்புகிறாயா?

நம்புகிறேன்.

சத்தியம்?

சத்தியம்.

ஜமீன் - முதலாளி - புரோகிதக் கூட்டணியை நம்புகிறாயா?

நம்புகிறேன்.

ஜான் ஜேக்கப் - மாணி முதலாளியை நம்புகிறாயா?

நம்புகிறேன்.

தோழர்கள் அஸஃபாலி இக்காவையும் எடத்தட்ட நாராயணனையும் நம்புகிறாயா?

நம்புகிறேன்.

இதெல்லாம் சத்தியம்?

சத்தியம்.

செக்கஸ்லோவேகியா, ஹங்கேரி, போலந்து முதலிய இடங்களின் மகத்தான சுதந்திரக் குடியரசை நம்புகிறாயா?

நம்புகிறேன்.

சத்தியம்?

சத்தியம்.

சோவியத் நாடு நேரு விருதினை நம்புகிறாயா?

நம்புகிறேன்.

சத்தியம்?

சத்தியம்.

இறுதிப் புரட்சியில் வெல்லப்போவது நாம்தானென்று நம்புகிறாயா?

நம்புகிறேன்.

தோழர் அவராச்சனை நம்புகிற நாம் கடவுளை நம்பலாமா?

கூடாது.

நீ கடவுளை நம்பவில்லையல்லவா?

நம்பவில்லை.

சத்தியம்?

கடவுள் மேல் சத்தியம்.

ஆமென்.

கடல்

கடந்த மாதத்தில் ஏதோ ஒரு நாள், தேதியும் கிழமையும் நினைவில்லை. லேசாக இருட்டுகிற நேரம். நானும் என் மனைவியும் கடல் அரிப்பைத் தடுக்கப் போடப்பட்டிருந்த கருங்கற் சுவர்மீது சாய்ந்து பேசிக் கொண்டிருந்தோம். இப்படி இருட்டும்வரை நானும் அவளும் காலாற நடந்துவிட்டு, பிறகு ஜன சந்தடியற்ற ஓரிடத்தில் மௌனமாக உட்காருவோம். அப்படி உட்கார முடியாத மனநிலை வாய்த்ததற்கு அன்று அங்கு நடந்த ஒரு மோசமான சம்பவமே காரணம். அதன் பிறகான நாட்களில் என் மனைவி கடற்கரைக்கே வரவில்லை. நானும் அதே மனநிலையிலிருந்தேன். பின் எல்லாவற்றையும் மறந்தோம். மறதி ஒரு கொடைதான். அது மட்டும் இல்லாவிட்டால் மனிதர்களுக்குப் பைத்தியம் பிடித்துவிடும். நீங்க என்ன சொல்றீங்க?

நினைவு, இறந்தகால அனுபவத்தையோ, எதிர்காலக் கனவைப் பற்றியதாகவோ இருக்கலாம்தானே! எதிர்காலத்தை நினைத்து துயரப் படுபவர்களும் உண்டுதானே! அன்றைக்கு என்ன நடந்தது தெரியுமா?

அன்று பகல் முழுக்க மழை பெய்து கொண்டிருந்தது. மாலையில்தான் வானம் வெளிவாங்கியது. தரை முழுக்க ஈரத்தில் பிசுபிசுத்ததால் கல்லில் சாய்ந்து நின்று ஏதேதோ விஷயங்களை விவாதித்துக் கொண்டிருந்தோம். அவள் எப்போதும் இப்படித்தான். வாயைத் திறந்தால் விதண்டாவாதம்தான். அதனால் அவள் முட்டாளில்லை. அன்றும் ஆரம்பத்திலிருந்தே என் சொற்களை இடைமறித்து வம்புக்கு இழுத்துக் கொண்டேயிருந்தாள். டெஸ்ட் டியூப் பேபிகளின் உருவாக்கம் பற்றி ஏதோ பத்திரிகையில் படித்த பொய்யை எனக்கு மாற்றிக் கொண்டிருந்தாள்.

"அடிபோடி, சோதனைக் கூடங்களில் உருவாக்கப்படும் குழந்தைகள், அங்கு உருவாக்கப்படும் வேறுபல பொருட்களைப் போலாகிவிடாதா? பெயரும் நம்பரும் எழுதி அவற்றை விற்பனைக்கு வேண்டுமானால் வைக்கலாம். அல்லது மனநல விடுதிகளில் அடைத்து வைக்கலாம்" என்று நான் சொல்லிக் கொண்டிருக்கும்போதே, 'அய்யோ ... பைத்தியக்காரன்' என அவள் கத்தினாள்.

இது அவளின் வழக்கம்தான். ஒரு விஷயத்தின் தீவிரத்தை ஒன்றுமில்லாமலாக்க அப்படியே அதைப் போட்டுவிட்டு வேறொன்றுக்குத் தாவுவது. என் கோபம் தலைக்கேறியது.

"அவனைத் தூக்கி நெருப்புலப் போடு, இனி எங்கிட்டப் பேசாத..."

"பாவம், செத்துருவான் போல இருக்கான், பாருங்க"

நான் அவள் காட்டிய திசையில் பார்த்தேன்.

கொஞ்சத் தொலைவில் ஒருவன் இரண்டு கைகளாலும் தன் தலையைத் தாங்கிப்பிடித்தபடி தரையையே உற்றுப் பார்த்துக் கொண்டிருந்தான்.

"பைத்தியமில்லை. பட்டினியாய் இருக்கும்,"

‘‘இல்லையில்லை. பைத்தியம்தான். அவன் நடந்து வந்தபோது பார்த்தேன், கடலைப் பார்த்துத் தனக்குத்தானே ஏதோதோ பேசிக்கொண்டே வந்தான்.’’

“தற்கொலை கேசோ என்னவோ?” அப்படி அபத்தமாகச் சொன்னது என் தவறுதான். நம்மீது புனைவுகள் ஏற்றியிருக்கும் பொது புத்தியினாலும், நம் சின்ன வாழ்வனுபவத்திலும் கிடைத்ததை வைத்துக் கொண்டு உடனே மனிதர்களைத் தரம் பிரிக்க ஆரம்பித்து விடுகிறோம். நாம் உருவாக்கி வைத்துள்ள மதிப்பீடுகளை வாளாக்கி அவர்கள்மீது வீசுகிறோம். அவனைப் பார்த்தபோதும் எனக்கு அப்படித்தான் தோன்றியது. அதனால்தான் அப்படிச் சொல்லிவிட்டேன். என் மனைவியும் அப்படி கேட்கவே விரும்பினாள்.

அவள் எழுந்து நின்று, “அவன் தற்கொலைக்குத்தான் வந்தானென்று எப்படிச் சொல்கிறீர்கள்?” என்று ஆவேசமாகக் கத்தினாள். அதற்குள் அவன் எழுந்து நின்றிருந்தான். தூங்கி வழிவதுபோலத் தள்ளாடியபடி அவன் ஆகாயத்தைப் பார்த்தான். அப்போதுதான் அவனைக் கூர்ந்து பார்த்தேன்.

சின்ன வயசுப் பையன்தான் அவன். முகத்தில் மீசை அரும்பியிருந்தது. வாராத தலைமுடி. அவனைச் சமீபித்தபோதுதான் தெரிந்தது, அவன் ஈர உடை உடலோடு ஒட்டிக் கிடந்தது. வியர்த்திருக்க வாய்ப்பில்லை. காலையிலிருந்து நனைந்ததாயிருக்கலாம்.

தொடர்ந்து படுத்தபடி வாசிக்கும் பழக்கம் எனக்கிருந்ததால் பார்வை கொஞ்சம் மங்கியிருந்தது. கூடவே வயதும் கூடுகிறதல்லவா? என் மனைவி வெளிச்சத்தில் தூங்க மாட்டாள். அதனால் நான் வாசிப்பை நிறுத்த வேண்டியதாகி விட்டது. நான் ஏதேதோ சொல்லுகிறேன். என் பார்வைக் குறைபாட்டையும் மீறி அவன் அழுவதை என்னால் உணர முடிந்தது. ஒரு ஆண் இப்படிப் பொது இடத்தில் நின்று அழுவதா? சந்தேகமேயில்லை. அவள் சொன்னது போலவே

அவன் பைத்தியம்தான் என்ற முடிவுக்கு நான் வர, தற்கொலை பண்ணிக்க வந்தவன்தான் என்ற முடிவுக்கு அவள் வந்திருந்தாள்.

"பைத்தியமெல்லாமில்லேடீ. அவன் ஏதோ பெரிய துக்கத்தில் இருப்பான் போலயிருக்கு. துக்கத்தை அடக்க முடியாதவர்கள் இப்படித்தான் இருப்பார்கள்"

"பைத்தியமில்லைன்னா, இவ்வளவு கூட்டத்திற்கு முன்னால் இப்படியா? கொஞ்சம்கூட வெக்கமில்லாமல். நீங்க பாருங்க. அவன் சாகறதுக்குன்னே வந்திருக்கான். நிச்சயமா."

"போடீ லூசு. தற்கொலை செய்யறது அவ்வளவு சுலபமா? மனுஷனின் பயமிருக்கே? மரணத்தைப் பற்றிய பயமில்லை என்றாலும் அதற்குப் பிறகுள்ளதைப் பற்றிய பயம்?".

"கிறுக்கனுக்கு என்ன பயம்? சித்தம் கலங்கிப் போனவர்களுக்கு வாழ்வதற்கும் சாவதற்கும் என்ன வித்தியாசம் இருக்கப் போகிறது?"

"வாழ்விற்கும் சாவிற்கும் இடையிலும், இன்றைக்கும் நேற்றைக்கும் நாளைக்குமிடையிலும், தனக்கும் மற்றவர்களுக்கும் இடையிலும் வித்தியாசமொன்றும் காண முடியாதவர்களைக் கீதையில் என்னவென்று அழைக்கிறார்கள் தெரியுமா உனக்கு? எல்லாம் உணர்ந்தவர்கள், முக்காலமும் அறிந்தவர்களென்று. அவர்கள்தான் இவ்வுலகில் மகாத்மாக்கள்"

நான் பேசுவதைக் கவனிக்காமல் என் மனைவி அப்போது பேச்சை மாற்றினாள். "அங்கப் பாருங்க. அவன் எங்கே போறான்னு"

நான் முற்றிலும் அவன் பக்கம் திரும்பியபோது, அவன் சற்று சாய்ந்தவாக்கில் மணலில் தளர்ந்து இழையும் கால்களோடு கொஞ்சம் தள்ளியிருந்த கருங்கல் சுவரை நோக்கிச் சென்று கொண்டிருந்தான். எங்களுக்கு முதுகைக்

காட்டியபடி நடந்து கொண்டிருந்ததால் அவன் அப்போதும் அழுகிறானா என்பதை என்னால் அறிய முடியவில்லை. ஆனால், அவன் தோள்கள் இருமுவதுபோல் குலுங்கிக் கொண்டிருந்தன. இடையிடையே, எதையோ மறந்துவிட்டதைப் போல அங்கங்கே நின்றபடி செல்லும் அவனைப் பார்த்து என் மனைவி, "தூக்கத்தில் நடப்பதுபோல இருக்கு" என்றாள்.

"ஆப்பரேஷனுக்கு மயக்க மருந்து கொடுத்து படுக்க வைத்தவன் எழுந்து நடப்பதுபோல இருக்கு" என்றேன் நான்.

"யாருக்குத் தெரியும். தீராத வியாதி ஏதாவது வந்திடுச்சோ, என்னமோ? இல்லையின்னா இப்படி சாவுக்குத் துணிவானா?"

எனக்குப் பயங்கரக் கோபம் வந்தது. "நீ என்ன கடவுளா? அவன் மனசுல என்ன இருக்குன்னு தெரியுமா உனக்கு? ஒரு மனுஷனுக்குத் தீர்ப்பு சொல்ல உனக்கு யாரு அனுமதி தந்தது? நல்லவன், கெட்டவன்னு சொன்னாலும் பரவாயில்லை. அவனுடைய வாழ்க்கையையே உன் வார்த்தைகளால் முடிவுக்குக் கொண்டு வர நீ யாரு?"

"நான் உங்ககிட்டே சொன்னா அவன் ஒடம்புலப் பட்டுடப் போவுதா என்ன? அவனைச் சொன்னதுக்கு நீங்க ஏன் இப்படிக் குதிக்கிறீங்க?"

" நீ எதுக்குடீ உன் வாயாலச் சொல்லணும்? உன் கண்ணால ஒரு தடவ பாத்தாலே போதும். அவன் கதை முடிஞ்சிடும். நீ அப்படி அவனைப் பாக்கறதுக்கு முன்னாடியே உன் கண்ணைத் தோண்டணுன்டி. அப்படி செஞ்சாலும் உன் ஈனப் புத்திய என்ன பண்ண, அதுக்கு அவன் உன்னைக் கொன்னாத்தான் சரியாகும்" நான் பொரிந்து தள்ளினேன்.

நான் சொன்னதைக் கேட்காத பாவனையில் அவள் வேறு ஏதோ பக்கம் திரும்பிப் பார்த்தபடி,

" அதோ, அவன் அந்தக் கருங்கல் சுவர் மேல ஏறிப் போறான்" என்று கத்தினாள். நான் திரும்பிப் பார்க்க,

உட்கார்ந்திருந்த குழந்தைகள் பயத்தில் அவனையே முறைத்துப் பார்க்க, அவன் தன் உதறும் கைகளால் அக்கருங்கல் சுவரைப் பிடித்து ஏறிக் கொண்டிருந்தான்.

கலங்கரை விளக்கிலிருந்து துவங்கிய அச்சுவர் கடலுக்குள்தான் முடிந்திருந்தது.

“ஏய், அவன் பைத்தியமில்லை. மனத்திடம் இல்லாத பைத்தியமாயிருந்தால் குழந்தைகள் அவனைப் பார்த்துக் கிண்டலடித்திருப்பார்கள். குழந்தைகளுக்கு என்ன தெரியுமென்று நினைக்காதே! அவர்கள், அவனை எப்படி கூர்ந்து பாக்கறாங்கன்னு பாரு, இவ்வளவு பெரிய ஆளொருத்தன் ஏன் நம்மளோட விளையாட வர்றான்ற ஆச்சரியம் அவங்களுக்கு”

‘‘குழந்தைகளுக்கு என்ன தெரியும்? தற்கொலைக்கு முயற்சி பண்றது கிறுக்கில்லாம என்னவாம்?’’ நான் அலட்சியமாகச் சொன்னேன்.

நான் மணலில் ஒரு விதையின் படத்தை வரைந்து கொண்டிருந்தேன். “ஏண்டீ, பைத்தியம்னா என்ன? வாழ விரும்பறதுக்கும் சாக விரும்பறதுக்கும் இடையில் என்ன வித்தியாசம்? இரண்டும் மனசோட செயல்கள்தானே? சுயநினைவோடு நான் என் வாழ்க்கையில் நினைத்ததைச் செய்வதில் என்ன பைத்தியக்காரத்தனம் இருக்கு? ஆனால், நான் என் வாழ்க்கையைக் கொண்டு உன் தலையில் அடிக்க வந்தால் அது....”

அதற்குள் என் மனைவி, ‘‘அடக் கடவுளே’’ என்று கூச்சலிட்டாள்.

நான் அதிர்ந்து திரும்பிப் பார்ப்பதற்குள், அவன் கடலில் குதித்து விட்டான். கற்களுக்கிடையில் அவன் பாய்வதை என் மனைவி பார்த்தாளாம். தண்ணீர் தெறித்ததைப் பார்த்ததாகத்தான் நான் நினைக்கிறேன். சூரியன்

மறைந்திருந்தது. இதைப் பார்த்தவர்கள் கல்சுவரை நோக்கி ஓடிக் கொண்டிருந்தார்கள்.

என் மனைவியின் வாய் எப்படி மூடியதோ தெரியவில்லை. அவள் பயந்து நடுங்கிக் கொண்டிருந்தாள். ஆனாலும், " நான் அப்பவே சொல்லல. அவன் முழுப் பைத்தியம்தான்" என்றாள்.

"செத்துப் போனவர்களைப் பற்றித் தப்பா சொல்லாதே, இப்படி அரைகுறையா" என்றேன் நான்.

வெளிச்சம் பரப்பும் பெண்

காலையிலேயே ஒரு நீண்ட பயணத்திற்கெனப் புறப்பட்ட நான், வழியில் பார்த்த என் பழைய நண்பனின் பொருட்டு, இரவு மதுக்கலக்கத்திலிருந்து இன்னும் விடுபடாதிருந்த ஒரு பாரின் முன் நின்றுவிட்டேன்.

நாங்களிருவரும் பாதி திறந்திருந்த அதன் கதவையே பார்த்துக்கொண்டு எதிரில் கிடந்த ஒரு பெஞ்சில் நீண்ட நேரம் உட்கார்ந்திருந்தோம்.

பறவைகளால் சலசலக்கும் அதிகாலை ஆகாயமும், கிழக்கிலிருந்து வீசும் காற்றுக்கு கீழே விழும் பழுத்த இலைகளும் எங்களுக்கு எதையோ சொல்லாமல் சொல்ல, தைரியத்தை வரவழைத்துக்கொண்டு பாதி திறந்த பார் முன் நெருங்கினோம்.

அந்த பாரில் மது ஊற்றித் தருபவனை ஏற்கனவே நாங்களிருவரும் அறிவோம். சிரிப்பற்ற அவன் முகம் எப்போதும் வெளுத்தும், சிடுசிடுத்துமிருக்கும். அவன் ஒரு முன்கோபி. எப்போதும் கறாரான குரலில் பேசுவான். கொஞ்சமும் கருணை சுரக்காத வார்த்தைகள் வாய்க்கப்

பெற்றவன் அவன். பணமற்றவர்களை அவன் பெரும் உதாசீனப் படுத்துவான். இவ்வளவு அறிந்திருந்தும்கூட அந்தப் பாதி திறந்த வாசலினூடே திருட்டுப் பூனைகள் போல் நாங்களிருவரும் பம்மிக் கடந்தோம். பார்வையில் அலட்சியம் வழிந்தாலும் எங்களின் கவனம் கதவுக்குப் பின்னாலிருந்த இருளை நோக்கியிருந்தது.

பாரின் முற்றத்திலிருந்த விசிறிப் பனையின் காய்ந்த கிளையிலிருந்து ஒரு வவ்வால்குஞ்சுடன் பாம்பு ஒன்று அவசரமாகப் புதரில் மறைந்தது.

ஒரு மங்கலான பல்ப் பாரின் ஹாலில் எரிந்து கொண்டு சூழலை மந்தமாக்கிக் கொண்டிருந்தது.

நிறுத்த மறந்துபோன ஃபேன் மெதுவாகச் சுழல்கிறது.

அறையின் சகல திசைகளிலிருந்தும் மிச்சமிருந்த துர்நெடி எங்களைக் கவ்விப் பிடிக்க முயலும் தருணமது.

எங்களுக்கு எப்போதும் பிடிக்காத அந்த மது ஊற்றித் தருபவன் ஒரு மர நாற்காலியில் மேலும் கவிழ்ந்த முகமும், தடித்த உதடுகளுமாய், உட்கார்ந்தவாறே குறட்டைவிட்டுத் தூங்குகிறான். எண்கள் அழிந்து போன கடிகாரத்தில் மணி ஏழடித்தது. இடமற்ற அந்த நாற்காலியில் அவன், ஒரு புழுவைப் போலத் தன் உடலைச் சுருக்கிக் கொண்டு குறுக்கியும் திரும்பியும் படுக்கிறான்.

அந்த மங்கிய வெளிச்சத்தில் நாங்களிருவரும் அசைவற்று, அமைதி காத்து அந்த மதுபான விடுதியிலேயே எங்களுக்கு மிகவும் பிடித்தமான அந்த வயதானவரைக் கண்களால் தேடுகிறோம். ஒருவரையும் காணோம். குறட்டை ஒலி முன்னைக்கும் இப்போது அதிகரித்திருக்கிறது.

பின்னாலிருந்த இன்னொரு சிறு அறையிலிருந்து சன்னமான வெளிச்சத்தினூடே கோட்டுவாய் விட்டுக்கொண்டும் பீடி புகைத்துக்கொண்டுமாய் இருவர் எங்களை நோக்கி வந்தனர்.

தலைகீழாய் அடுக்கி வைக்கப்பட்டிருந்த மேஜை நாற்காலிகளுக்கிடையில் அவர்கள் இரு துடைப்பத்துடன் குனிந்து பெருக்குகிறார்கள். எலும்புத் துண்டுகளும், வெட்டு பீடிகளும், மீன் முட்களும், பாட்டில் மூடிகளும், துப்பிய கறிவேப்பிலைகளும் அவர்களின் துடைப்பங்களுக்கு முன் சலசலக்கின்றன.

நாங்கள் அவர்களுக்கு வழிவிட்டு ஒதுங்கி நிற்கிறோம். மெதுவாக அங்கிருந்து முற்றத்திற்கு வருகிறோம். பனை மரத்தின் கீழ் பிறப்பு இறப்புகளின் எவ்வித அடையாளங்களுமின்றி எல்லாம் அமைதியாயிருந்தது.

காலை வெய்யில் உடலில் எரிச்சலூட்டுகிறது. நான் சற்று நகர்ந்து அடி பனைமரத்தடியில் நின்று காய்ந்த அதன் ஓலைகளைப் பார்த்து, 'குழந்தைகளை இழந்த தாயே, உனக்கு அமைதி கிடைக்கட்டும்' என அப்பனைமரத்தை ஆசீர்வதிக்கிறேன்.

நாங்கள் திரும்பவும் உள்ளே வரும்போது ஒரு நீண்ட இருமலும், வாய் நிறையக் கோழையும், ஒரு கையில் வாரிச் சுருட்டிய வேட்டியுமாக உள்ளே செல்கிறான், எங்களுக்குப் பிடிக்காத அந்தக் கறுத்த பரிமாறுபவன்.

நாங்கள் ஒரு அடி நின்று பின்வாங்குகிறோம்.

இந்த நிகழ்வினூடேயே, சோப்பு வாசனையும், நெற்றியில் சந்தனக் கீற்றும், வாயில் வெற்றிலைச் சாறுமாய் எங்களைச் சமீபிக்கிறார் அந்தப் பெரியவர். எங்கள் உள்ளங்கள் பொங்கிப் பிரவகிக்கின்றன. பிரியம் மீதூற எங்கள் கைகள் குலுக்கப் படுகின்றன. ஸ்நேகம் மேலிட எச்சில் சாறினூடே எதையோ சொல்ல முயன்று, பிறகு மேசையை எடுத்துப் போட்டு நாற்காலிகளை ஜன்னலருகே கொண்டுபோய் அவற்றைப் பிரியத்தோடு துடைக்கிறார்.

யாரோ தீ மூட்டுகிறார்கள். சோடாபாட்டில்கள் அடுக்கப்பட்ட பெட்டிகளின் சாவிகள் தேடிக் கண்டுபிடிக்கப் படுகின்றன. சமையலறையில் போடப்படும் ஆம்லெட்டுகளும், வறுபடும் நேற்றைய மீன் துண்டுகளும் வாசம் கிளப்புகின்றன. சூழல் எங்களுக்கு இதமானதாக மாறுகிறது.

நானும் என் நண்பனும் அமைதியின் வழியே நடப்பவற்றைப் பருகுகிறோம். கனிவான இச்சூழலைக் குலைக்க, கொட்டாவியோடு உள்ளே போன அவன் வந்துவிடக் கூடாதென்று மனதிற்குள் பிரார்த்திக்கிறேவாம். அவனுக்கு நாங்கள் கொடுக்க வேண்டிய தொகையின் கணக்கு பயமுறுத்துகிறது. வயதானவர் எங்கள் கோப்பைகளில் இதமாக மதுவை நிரப்புகிறார். நாங்கள் குதூகலத்துடன் குடிக்க ஆரம்பிக்கிறோம். மது ஒரு சூடான புகைபோல உணவுக்குழல் வழியே தாழ்ந்து இறங்குவதை உணர முடிகிறது.

வெய்யில் ஏறஏற பாரில் கூட்டம் அதிகரிக்கிறது. அதிகரித்த மனிதர்களிடேயே நாங்கள் கரைகிறோம். எழுந்து கழிவறைக்குப் போன நான் எங்கள் எதிரி அங்கே ஒரு கண்ணாடி முன் நின்று தலைவாரிக் கொண்டிருப்பதைப் பெரும் அதிர்ச்சியினூடே பார்த்து நிற்கிறேன். அவனைக் கடக்க பயந்து, அவன் வெளியேறுதலுக்காக இடம் விட்டுத் தள்ளி நிற்கிறேன். அவன் கண்ணாடி முன் நின்று புகை பிடிக்கிறான். பொங்கும் புகையினூடாக அவன் அழகும் ஆண்மையும் புரள்வதை அவனே ரசிக்கிறான்.

நான் திரும்பி வந்து, போதையில் நாற்காலியிலேயே சாய்ந்துறங்கும் நண்பனை எழுப்பி விஷயத்தைச் சொல்லவும், அவன் இரு கைகளாலும் முகத்தைப் பொத்திக் கொண்டு ‘நாம் சிறுநீர் கழிக்க முற்றத்திற்குப் போகலாம்’ என்கிறான். நான் வௌவால் குஞ்சுடன் விழுந்த பாம்பு அங்கிருக்கும் எனச் சொல்லி அப்பாம்பைப் பற்றி யோசிக்க ஆரம்பித்துவிட்டேன்.

கொஞ்ச நேரத்தில் பார் ஆரவாரப்படுகிறது. அது சலனமற்ற காட்சிகளாகவும், இருட்டின்மீது யாரோ வெளிச்சம் பாய்ச்சுவதாகவும், மாறிமாறி ஒளிரும் மின்னலைப் போன்றும் ஒளிரும் அவ்வெளிச்சத்தினூடே எங்கள் எதிரியான அப்பரிமாறுபவன் நேசமான புன்னகையோடு வெளிப்படுகிறான். அவன் கைகளை எங்கள் மேஜைமீது ஊன்றி, கண்களால் எங்களை ஸ்நேகத்தோடு ஸ்பரிசிக்கிறான். அவன் கண்கள் ஒரு கனவு மாதிரி ஜொலிக்கிறது.

நாங்களிருவரும் வெளிறிய புன்னகையுடன் அவனை நம்ப முடியாமல் பார்க்கிறோம். அவன், சந்தோஷத்தில் எங்களிருவரின் முதுகிலும் மாறி மாறித் தட்டுகிறான்! நாங்கள் இந்த நடிப்பை நம்பாமல் மரத்துபோய் உட்கார்ந்திருக்கிறோம். அவன் எங்களிடம் குனிந்து, பரவாயில்லை பணம் கிடைத்தபோது கொடுத்தால் போதுமென ஸ்நேக பாவத்துடன் பேசுகிறான். இன்னைக்கு சரியா சாப்பிடலை போலிருக்கு என்று எங்களை உறைய வைக்கிறான். நன்றிப் பெருக்கெடுக்கும் இதழ்களோடு அவனை ஏறெடுக்கிறோம்.

நான் கண் திறக்கும்போது முல்லைப் பூக்களின் வாசனையால் சூழப்பட்டிருப்பதை அதே சுகந்தத்தோடு உணர்ந்தேன். என்னைச் சுற்றிலும் பூத்தூவல் மாதிரி மழை தூவுகிறது. நான் அச்சாரலைக் கையிலேந்த முயல்கிறேன். என் கை ஒரு கண்ணாடிமீது இடித்துக் கொள்கிறது. அம்முல்லைப்பூக்களின் சுகந்த மணம் எங்கிருந்தோ வந்து என்னைத் தழுவிச் செல்கிறது. மழையுடன் சேர்ந்து ஆகாயமும் இறங்கின மாதிரி வெளி என்னைப் பரவசமூட்டுகிறது.

இதற்குச் சற்றும் சம்மந்தமற்று வந்த ஒரு உறுமல் சத்தம்தான் நானொரு ஓடும் பஸ்ஸில் இருக்கிறேன் என்பதை எனக்கு உணர்த்தியது. ஆனால், என்னை எனக்குப் புரியவில்லை. நான் மலங்க மலங்க விழிக்கிறேன்.

இந்தப் பயணிகளுடன் பயணிக்கும் நான் யார்? என் பெயர் என்ன? இம்முல்லை வாசம் எங்கிருந்து வருகிறது? என் முன் சீட்டிலிருக்கும் ஓர் இளம் பெண்ணின் முடிக்கற்றையில் தொங்கும் முல்லைச் சரமே இச்சுகந்த ஊற்றைக் காற்றினூடே எனக்குக் கொண்டு வந்து சேர்க்கிறது என்பதை உணர்கிறேன். நான் பெருகும் காதலோடு அந்த சுகந்த மணத்தின் ஊற்றுக்கண்ணைப் பார்த்துக் கொண்டிருந்தேன்.

எதிர்பாராமல் அவள் எதற்கோ தலை திருப்பி மையிட்ட கண்களாலும், வெள்ளிநிறப் பொட்டிட்ட நெற்றியாலும் நிசப்தம் குடியிருக்கும் அந்த இருண்ட உதடுகளாலும் என்னைப் பார்த்தாள்.

எதிர்பாராத இந்தத் திரும்பலில் நான் குளிரில் ஒடுங்குவதுபோல மேலும் ஒடுங்கினேன். அப்புறமென்ன? நான் என்ன செய்யவேண்டும்? நான் யார்? நான் ஜன்னலைக் கொஞ்சமாகத் திறந்து சின்னச்சின்ன மழைத்துளிகளைக் கண்ணீரோடு சேர்த்து என் முகத்தில் விழ அனுமதிக்கிறேன். பயணத்தின் முடிவறியாத, எல்லாவற்றையும் இழந்த நான், மரணத்தின் விளிம்பில் நிற்பதாக எண்ணி மெல்ல அழுகிறேன்.

அப்பெண்ணின் முடிக்கற்றையிலிருந்து ஒரு முல்லைப்பூ உதிர்ந்து, ஒரு வெள்ளை வெளிச்சமாக என் மடியில் விழுகிறது. நான் ஒரு நிமிடம் அந்தப் பூவை அமைதியாய் பார்க்கிறேன். பிறகு அதைக் கையிலெடுத்து என் கண்ணீரில் நனைத்து கன்னத்தில் தடவி வாசனை பார்க்கிறேன். மென்மையும் வெளிச்சமுமாக இருக்கிறது அந்தப்பூ. அதன் வாசனை விடாமல் என்னைத் தழுவுகிறது. அதன் ஒளி என்மீது தொடர்ந்து பொழிகிறது. மழைத்துளிகளுடன் சேர்ந்து அது என்னைத் தழுவிக் கொள்கிறது.

நான் ததும்பும் புன்னகையுடன் அப்பூவை மீண்டும் முகர்ந்து பார்த்தபோது, வெள்ளிநிறப் பொட்டிட்ட அவள்

மையிட்ட கண்களால், புன்னகையுடன் திரும்பி, இந்த பஸ்........க்கு போறதுதானே? என்று கேட்கிறாள். நான் மூச்சிரைக்க, ஆமா! ஆமா! ......க்குப் போற பஸ்தான். என் பெயர் ...... நான் ......லிருந்து வரேன். இந்த முல்லைப்பூவை நான் எடுத்துக்கட்டுமா? என்கிறேன். அவள் அம்மயக்கும் இதழ்கள் திறந்து கவர்ச்சியான வெள்ளைப் பற்களால் என்னை மயக்கியபடி சிரிக்கிறாள். நீங்கள் யாரென்று நான் தெரிந்து கொண்டேன் என்கிறாள். நான் மூச்சிரைக்க, என் இதயத்துடிப்பிற்கு இணையாகச் சொன்னேன்.

நானும்.... நானும் உன்னைப் புரிந்து கொண்டேன். நீ வெளிச்சம் பரப்பும் பெண்!"

ரகசியப் போலீசும் ஓர் ஆட்டிடையனும்

டெல்லியில் உளவுத்துறையில் பணிபுரியும் என் நண்பனிடமிருந்து சமீபத்தில் எனக்கொரு கடிதம் வந்திருந்தது.

நீ ஒரு எழுத்தாளன் தானே...? வெறும் துப்பறியும் கதை எழுதுபவனானாலும்கூட. நான் எழுதும் சம்பவம் உனக்கு எந்த விதத்திலாவது உதவுமா பார். நேற்று ஞாயிற்றுக்கிழமை என்பதால் வீட்டு வராண்டாவில் உட்கார்ந்துகொண்டிருந்தேன், போகிற வருகிறவர்களைப் பார்த்துக் கொண்டு. நான் கொஞ்சமும் எதிர்பாராமல் ஒருவன் என் இரும்பு கேட்டைத் திறந்துகொண்டு, என் சின்னப் பூந்தோட்டத்தருகே வந்தான்.

தலையில் முண்டாசு கட்டி, தோளில் துணிமூட்டை தொங்க, இடையர்கள் வைத்திருப்பது போல கையில் ஒரு கோலும் அதன் தலையில் ஒரு கம்பளித்தொப்பியுமாய், ஒரு கிழிந்த கம்பளி உடை அணிந்து பார்ப்பதற்கு விசித்திரமாய் இருந்தான். மெல்ல அவனை ஊடுருவினேன். முப்பது முப்பத்தைந்து வயதிருக்கும். காலை இறுக்கிப்

பிடித்திருக்கும் பைஜாமா வேறு. சிவந்த முகத்தில் லேசான குறுந்தாடி. இமாலய மலைப்பிரதேசத்துக்காரன் என்பது தெளிவானது.

ஏதோ உதவி கேட்டு வந்திருக்கலாமென நினைத்து அவனைப் பார்க்காததுமாதிரி எங்கேயோ வெறித்துக் கொண்டிருந்தேன். கொஞ்சம் பொறுத்துச் செருமினான். நான் திரும்பியவுடன் குனிந்து வணங்கி, "மன்னிக்கணும் ஸாப், நீங்க எனக்காகக் கொஞ்ச நேரம் ஒதுக்க முடியுமா?" என்று புறந்தள்ள முடியாத குரலில் கேட்டான்.

"சொல். இன்னைக்கு லீவுநாள்தானே, ஆனா கடைசியில் காசு மட்டும் கேட்டுடாதே" என்றேன் நான்.

அவன் முகத்தில் நிம்மதி படற, அவசரமாய் கேட்டைத் திறந்து அக்கம்பை நீட்டினான். முதலில் ஒரு ஆட்டுக்குட்டி உள்ளே நுழைந்தது. அதைத் தொடர்ந்து நீர்வரத்து போல அறுபதுக்கும் மேற்பட்ட ஆடுகள் வந்தன. கொம்பு வளைந்து, மூக்கு சிவந்து, பூனைக்கண்களோடு அழுக்கடைந்த பஞ்சு ரோமமுள்ள ஆடுகள் அவை.

நான் அதிர்ந்து, எழுந்து நின்று கத்தினேன், "அய்யோ இது என்னடா இது? என் பூச்செடியெல்லாத்தையும் இந்த ஆடுங்க தின்னுடுமே"

"பயப்படாதீங்க ஸாப், நான் சொல்லாம அதுங்க இந்த இடத்தைவிட்டு அசையாது. நான் உங்ககிட்ட பேசும்போது அதுங்கள ஏதாவது வண்டி இடிச்சிட்டுப் போயிடக் கூடாதில்ல, அதுக்குத்தான் ..."

நான் கொஞ்சம் நிம்மதியடைந்து அவற்றைப் பார்த்தேன். சில ஆடுகள் என்னைக் கூர்ந்து பார்ப்பதுபோல எனக்குத் தோன்றியது. அவை ஒரு அகதிகள் கூட்டத்தைப்போல என் தோட்டத்தில் வியாபித்திருந்தன.

அந்த ஆடு மேய்ப்பன், தன் துணி மூட்டையை அவிழ்த்துக்கொண்டே,

“ஸாப், நான் இந்த மூட்டையின் ஓனரைத் தேடி இந்த நகரத்திற்கு வந்திருக்கிறேன். இவற்றை அவரிடம் திரும்ப ஒப்படைத்தால் எனக்குப் பெரிய வெகுமதி கிடைக்கும். ஸாபிற்கு இதைப் பற்றி ஏதாவது தெரிந்திருந்தால் படிப்பறிவில்லாத இந்தப் பாமரனுக்கு அது பெரிய உதவியாய் இருக்கும்.”

அவன் பேசிக்கொண்டே போக நான் அவிழ்க்கப்படும் அம்மூட்டையைப் பார்த்தேன். உடைந்த சில எலும்புத்துண்டுகளும், நிறைய அடுப்புக் கரித்துண்டுகளும், ஒரு காய்ந்துபோன சாமந்திப்பூமாலையின் நார்களும் அதிலிருந்தன.

“அய்யோ, என்ன இது? மந்திரம் கிந்திரம்னு ஏதும்...” நான் பயந்து பின்வாங்கினேன்.

“இல்லை ஸாப்” அவன் ஆடுகளை ஒருமுறை திரும்பிப் பார்த்துவிட்டுச் சொன்னான். இரண்டு வாரங்களுக்கு முன் நான் கங்கோத்ரிக்கு மேலுள்ள மலைச்சரிவுகளின் புல்வெளிகளில் ஆடு மேய்த்தபடியிருந்தேன். ஆடுகள் இலைகளையும் வேர்களையும் கடித்து, பனி உருகி, துளிர்க்கத் தொடங்கியிருந்த அந்தப் புல்வெளியினூடாக வெயிலில் மேய்ந்து கொண்டிருந்தன.

நான் ஒரு கல்லில்மேல் உட்கார்ந்து வெயில் காய்ந்தபடி உறங்கிவிட்டேன். ஏதோ பேய்த்தனமான அலறலையும் ஓசையையும் கேட்டு திடுக்கிட்டு எழுந்தேன். மலை இடிந்து விழுகிறதோ, பனி வெடித்து உருளுகிறதோ, பூகம்பம் வந்துவிட்டதோ, உலகின் இறுதி முடிவு ஏற்பட்டுவிட்டதோ என்றெல்லாம் நான் பயந்துபோனேன். ஆடுகள் மரத்துபோய் பயந்து ஒன்றுகூடி நின்று கொண்டன. நான் பயந்துகொண்டே ஆகாயத்தைப் பார்த்தேன். ஏதோ ஒன்று, மேகங்களின் பின்னால் போவது போலவோ அல்லது வருவது போலவோ உணர்ந்தேன்.

மனிதனின் பாவங்கள் அதிகமாகி சகித்துக்கொள்ள முடியாத இறைவன், கைலாசத்திலிருந்து அலறிக்கொண்டு எல்லாவற்றையும் விழுங்கிவிடுவதற்காக இறங்கி வருகிறார். 'கடவுளே, இந்தப் பாவமான ஆட்டிடையனுக்குக் கருணை காட்டுங்கள்' என்றேன். தலைகுனிந்து வணங்கினேன். 'இந்த ஆடுகளைக்கூட நான் வேதனைப்படுத்தியதில்லை. இந்தக் கொம்பினால் பயமுறுத்த மட்டுமே செய்திருக்கிறேன். வயதான அப்பாவும் அம்மாவும் தனியாக வீட்டிலிருக்கிறார்கள். அவர்களுக்கு வேதனையும் வருத்தமும் உண்டாகும்படி நீ எதுவும் செய்துவிடாதே. நான் அவர்களின் ஒரே மகன். நான் இல்லாவிட்டால் அவர்களுக்கு உதவ யாருமின்றி செத்துப் போவார்கள். நீ என்னை விட்டுவிடு' என்றேன்.

திடீரென ஏதோ ஒன்று என் தலையில் வந்து இடித்தது. நான் மயக்கம் போட்டுக் கீழே விழுந்துவிட்டேன். ஆடுகள் என் முகத்தில் நக்குவதை உணர்ந்த பின்பே நான் கண் விழித்தேன். என் தலையின் ஒரு பக்கம் சுரீரென்றிருந்தது. தொட்டுப்பார்த்தால் ரத்தம். என் காலடியில் இந்த உடைந்த குடமும் அதனுள்ளே இந்தக் கரித்துண்டுகளும் சாமந்திப் பூக்களும் கிடந்தன. இதில் என்னவோ ரகசியம் இருக்கிறது. அந்த அலறல்களுக்கும் இவற்றிற்கும் ஏதோ தொடர்பிருப்பதாக நினைத்தேன். வானத்திலிருந்து விழுந்தவற்றையெல்லாம் என் போர்வையில் மூட்டை கட்டினேன். தலை சுற்றுவதைப் பொருட்படுத்தாமல் பத்து நாழிகை தூரத்திலுள்ள, ராணுவ முகாமிற்கு ஓடினேன். அவர்களிடம் முழுவிபரமும் சொன்னேன். முதலில் அவர்கள் உரக்கச் சிரித்தார்கள்.

கூட்டத்திலிருந்த ஒரு ராணுவ அதிகாரி என்னிடம், 'டேய், உனக்கு அதிர்ஷ்டம் வந்திடுச்சு. இது ஒரு புதையல். இதன் நிஜ உரிமையாளர் டில்லியில் இருக்கிறார். நீ இதை எடுத்துக்கொண்டு டில்லிக்குப் போய்த் தேடினால் அவரைக்

கண்டுபிடிக்கலாம். அவர் பெரிய ஆள். உனக்கு ஏதாவது வெகுமதி தராமல் திருப்பி அனுப்ப மாட்டார் என்றார்.

நான் அவர்கள் பேச்சை நம்பி, அப்பாவுக்கும் அம்மாவுக்கும் சாப்பாடு போடும் வேலையை, அங்கே எந்நேரமும் சுற்றிக்கொண்டிருக்கும் சாதுவான ஒரு பெண்ணிடம் ஒப்படைத்தேன். ஆனால் இந்த ஆடுகளை யார் கவனிப்பார்கள்? எனக்கு அவற்றைப் பிரியவும் மனம் வரவில்லை. நான் அவற்றை மேய்த்தபடி இந்த மூட்டையையும் தூக்கிக்கொண்டு பத்து நாட்களுக்கு முன்பே மலையிறங்கத் தொடங்கினேன். நேற்றுதான் இங்கு வந்து சேர்ந்தேன். யமுனைக் கரையிலுள்ள ஒரு புல்வெளியில் நேற்று ஓய்வெடுத்தேன். அருகே ஏதோ மகானின் சமாதியைக் கட்டிக் கொண்டிருக்கிறார்கள்.

நான் அங்கே இருந்த வேலைக்காரர்களிடமும் காவலிருந்த போலீஸ்காரர்களிடமும் இந்தக் குடத்தின் உரிமையாளர்களைப் பற்றி விசாரித்தேன். அவர்கள் என்னைச் சந்தேகத்தோடு பார்த்தார்கள். ஓரிரண்டு போலீஸ்காரர்கள் எதையோ அவர்களுக்குள் பேசிக்கொண்டார்கள். ஒரு போலீஸ்காரன் கோலினால் என் ஆடுகளைக் குத்தினான். அவர்கள் டீ குடிக்கப்போன நேரம் பார்த்து என் ஆடுகளோடு நான் தப்பித்துவிட்டேன். புதையல் என்பதால் பயப்படவேண்டியதுதானே ஸாப். நான் இன்று மறுபடியும் என் தேடலைத் தொடங்குகிறேன்.

இது ஒரு புதையல்தான் என்றால் என் வாழ்வே மாறிவிடும் ஸாப். இரண்டுவேளையும் தீயில் சுட்ட காய்ந்த ரொட்டியும் இரண்டு வறுத்த மிளகாயும் கறுப்புத்தேனீரும் குடித்து வாழும் என் அம்மாவிற்கும் அப்பாவிற்கும் பாசுமதி அரிசிச்சோறும், வெங்காயமும் எண்ணெயும் ஊற்றிச் சமைத்த பருப்பும், மசாலா பிசைந்து வறுத்த உருளைக்கிழங்குமாய்க் கொடுப்பேன். ஆடுகள் இரவில் நிம்மதியாய்த் தூங்கப் புல் வேய்ந்த குடிசை உண்டாக்குவேன். ஸாப், இந்தப்

புதையலின் உரிமையாளரைக் கண்டுபிடிக்க எனக்கு உதவுங்கள். ஸாபின் முகத்தைப் பார்த்தாலே, இது உங்களால் முடியும் எனத் தெரிகிறது.

அவன் என் பாதங்களைத் தொட்டு வணங்கினான். நான் நடுங்கிவிட்டேன். ரகசியங்கள் தெரிந்துகொள்ளும் முகம். எனக்கா? அப்படியானால், நான்? எனக்குள் எழுந்த சங்கடத்தை அப்படியே புதைத்துக் கொண்டேன். மலைகளின் குளிர்ந்த புல்பரப்புகளில் அலைந்து திரிந்த ஆடுகள் நாற்பத்துமூன்று டிகிரி வெய்யில் அடிக்கும் என் தோட்டத்தில் முறைத்துக்கொண்டு நிற்கின்றன. நான் என் மனைவியிடம், "இவனுக்கு ஒரு கப் டீ கொண்டுவா. இந்த ஆடுகளுக்குக் கொஞ்சம் தண்ணீர் காட்டு" என்றேன்.

அவள் கடுப்பான முகத்துடன் டீயைக் கொண்டுவந்து வைத்துவிட்டு ஆடுகளை ஒரு பார்வை பார்த்து, தலையைத் திருப்பி முறைத்துவிட்டு அங்கிருந்து சென்றாள். நான் ஒரு தொட்டியை முற்றத்தில் வைத்து, தோட்டத்திற்கு நீர் பாய்ச்சும் டியூப்பினால் நீரை நிரப்பினேன். ஆடுகள் வயிறு நிறைய தண்ணீர் குடித்தன. அவை ஒவ்வொன்றும் தண்ணீர் குடித்தபிறகு என் கண்களை நன்றியுடன் பார்த்தன.

மேய்ப்பன் டீயைக் குடித்ததும் நான் அவனிடம், "நண்பனே, இது புதையல் என்று எனக்குத் தோன்றவில்லை. யாருடைய எலும்புத்துண்டுகளாகவோ இருக்கலாம். இதற்கு யார் விலை தரப்போகிறார்கள்?" என்றேன். என் மனதிலெழுந்த சில தேவையற்ற சந்தேகங்களை நான் அவனிடம் சொல்லவில்லை. நான் ஒரு உளவுப் போலீஸ் இல்லையா!

"இந்தப் புதையல் எனக்காகவே வானத்திலிருந்து விழுந்ததாகத் தெரிகிறது ஸாப்! பஞ்சத்தில் அடிபட்ட என் வாழ்விற்கு இறைவன் கொடுத்த பரிசாக இருக்கலாமில்லையா? இது ஒன்னுமில்லன்னு ஆயிட்டா,

நான் இந்த ஆடுகளை இழுத்துக்கினு மறுபடி பட்டினியோடு மலையேறணும் ஸாப்.

இங்க இருந்துதானே, இந்த இந்துஸ்தான் முழுசும் ஆட்சி பண்றாங்க. அவங்கள்ல யாருடையதாவதா இது இருக்கலாமில்லையா ஸாப், இந்த எலும்புத் துண்டுகளும், கரித்துண்டுகளும் ஒருவேளை வைரங்களாகவும், மாணிக்கங்களாகவும் ஏன் இருக்கக் கூடாது? இதை வாங்கிக்கிட்டு எனக்குக் கொஞ்சமா பணம் கொடுத்தாக்கூட நான் பட்டினியில்லாமத் திரும்பிப் போக உதவும் ஸாப்" அவன் நம்பிக்கைக்கும் நம்பிக்கையின்மைக்கும் இடையிலிருந்து பேசினான்.

உள் வீட்டிற்குள்ளே போய் என் மனைவிக்குத் தெரியாமல் நூறு ரூபாயை எடுத்து வந்து, என் கையில் சுருட்டிப் பிடித்துக்கொண்டு, அவனிடம் மிகப்பரிவாக, "நீ இங்கிருந்து திரும்பிப் போக எவ்வளவு ரூபா வேணும்?" எனக் கேட்டேன்.

"எனக்கு ரொட்டி வாங்க மூனு ரூபாய்க்கு மேல் ஆகாது ஸாப். ஆனா திரும்பிப் போக பதினைந்து நாளாகும். வழியில் ஆடுகளுக்கு ஓரிரு இடங்களில் புல் வாங்கித் தர வேண்டியிருக்கும்.

நான் நூறு ரூபாயை அவனிடம் நீட்டியபடியே "நண்பா, டெல்லியில் நீ அலையும் இந்த அலைச்சல் வீணானது மட்டுமல்ல, அது ஆபத்தானதும்கூட. வெறும் இந்த எலும்புத் துண்டுகளைப் புதையல் அது இது என்று சொல்லி அந்த ராணுவ வீரர்கள் உன்னை ஏமாற்றி இருக்கிறார்கள். இதை மேலும் யாரிடமும் சொல்லிக் கொண்டிருக்காமல் திரும்பி போவதுதான் உனக்கு நல்லது. இனி எலும்புக்கூடுகள் உன் தலையில் விழாமல் இருக்க நான் இறைவனை வேண்டிக் கொள்கிறேன். இதைக் கேட்டு அந்த ராணுவ வீரர்கள் சிரிப்பார்கள். காரணம் அவர்கள்தான் அந்த எலும்புத் துண்டுகளை வீசி எறிபவர்கள்" என்றேன்.

அவன் என்னை அச்சத்துடன் பார்த்து, "இது நிஜமா ஸாப்?" எனக் கேட்டான்.

"ஆம், இந்த உண்மைகள் உனக்குத் தெரியாமல் இருப்பதனால்தான் டில்லியிலிருந்து எலும்புக்கூடுகள் உங்கள் தலையில் மட்டும் விழுகின்றன. நீயும், இந்த ஆடுகளும் அலைக்கழிக்கப் படுகிறீர்கள். நீ உடனே இங்கிருந்துபோய் இராணுவத்தினரை மகிழ்விக்கும் அந்த வேசியின் பராமரிப்பிலிருந்து உன் அப்பா, அம்மாவை விடுவி. ஒருவேளை அவர்களுக்கு உணவு கொடுக்கக்கூட அவர்கள் அனுமதிக்காமல் இருக்கலாம்" என்றேன்.

அவன் கொஞ்சம் தயக்கத்தினூடே அப்பணத்தைப் பெற்றுக் கொண்டான். என்னை குனிந்து வணங்கினான். அருகில் நின்றிருந்த ஒரு அழகான ஆட்டுக்குட்டியை வாரி எடுத்து என்னிடம் நீட்டினான்.

"ஸாப், இந்தக் குட்டியை என் அளவற்ற நன்றியுடன் உங்களுக்கு அளிக்கிறேன். மறுக்காமல் பெற்றுக் கொள்ளுங்கள். ஒரு நல்ல குணமுள்ள தாய்க்குட்டியின் மகள் இது. இது வளர்ந்து உங்களுக்கும், உங்கள் மனைவிக்கும், குழந்தைகளுக்கும் பால் தருவாள்" என்று உணர்வு பெருக்கிப் பேசினான்.

"எனக்கு வேணாம் நண்பா, இது இந்த நகர நெரிசலில் நசிந்துபோகும். இப்படி ஓர் அற்புதப் பிராணியை வளர்க்க இங்கிருப்பவர்களுக்குத் தெரியாது. இப்படி ஒரு நகர நெரிசலிலிருந்து இதை மீட்டு மலையின் குளிர் காற்றில் துளிரான புல் தின்ன இந்தப் பயணம் ஆனந்தப்படட்டும்" என் பேச்சினூடே திரும்பினால் மனைவியின் இருளடைந்த முகம் கதவுக்குப் பின்னாலிருந்து என்னைப் பார்த்துக் கொண்டிருந்தது.

"நன்றி ஸாப். ஒரு போதும் டெல்லிக்கு நான் வரமாட்டேன். இப்படி ஒரு பெரும் நகரத்தை, இந்துஸ்

தானத்தின் பிரபுக்களின் தேசத்தை இப்படியாவது பார்க்க எனக்கு வாய்ப்பு கிடைத்ததே?

ஸாபிற்கு எப்போதாவது மலையேற வேண்டும் என்று தோன்றினால் என் மலைச்சரிவிற்கு வரவேண்டும்" அவன் துணிமூட்டையுடன் எழுந்தான்.

"அந்த எலும்புத்துண்டுகளை மறுபடியும் சுமக்காதே. அதை அந்த சாணிக்குழியில் போடு, அப்படியாவது அதற்கு ஏதாவது பலன் கிட்டட்டும்."

அவன் அந்த மூட்டையைச் சாணிக் குழியில் எறிந்துவிட்டு,போர்வையை நீரில் நனைத்துப் பிழிந்து தோளிலிட்டுக்கொண்டே,

"மனசிலிருந்தும் உடம்பிலிருந்தும் ஒரு பெரிய பாரம் இறங்கியது போலவும், அழுக்கடைந்திருந்த மனம் தூய்மையானது போலவும் இருக்கிறது ஸாப்" என்று சொல்லி என்னை வணங்கிவிட்டு அந்த ஆடுகளோடு கேட்டைத் தாண்டிப் போனான்.

என் எழுத்தாள நண்பனே, இந்த அப்பாவி ஆட்டிடையனின் பயணம் உன்னை எவ்விதத்திலாவது பாதித்ததா? நீ என்னைக்காவது உன் வலையிலிருந்து வெளியேறி டெல்லிப் பக்கம் வந்தால், அப்படியே கங்கோத்ரிக்குப் பின்னாலுள்ள அந்தப் புல்வெளி கிராமத்திற்கு ஒரு எட்டு போய் வரலாம். எனக்குப் பரிசளித்த அந்த ஆட்டுக்குட்டி எவ்வளவு வளர்ந்திருக்கிறது எனப் பார்க்க எனக்கு ஆவலாயிருக்கிறது.

இப்படிக்கு

உன் அன்பான நண்பன்

நான் என் போலீஸ்கார நண்பனுக்கு ஒரு கடிதம் எழுதினேன். உன் ஆட்டிடையன் கதையில் தேவையான

அளவு 'ட்விஸ்ட்' இல்லை. வானத்திலிருந்து கேட்கும் அலறலும் ஓசையும் அந்த ட்விஸ்டைத் தொடுகிறது. ஆனால் போதாது.

ஆட்டுக்குட்டி ஒரு நல்ல கதாபாத்திரம்தான். ஆனால் நான் எழுதப் பயன்படாது. என் புலன்விசாரணைக் கதைகளுக்குத் தேவை இவையல்ல. நீதான்.

நண்பா, உண்மையைச் சொல். அந்த மூட்டையில் என்ன இருந்தது? அதிலிருந்து எலும்புக்கூடு வெளியேறி உன் வீட்டிற்குள் நுழைவதும், அப்பேய்க்கும் ஒரு இரகசியப் போலீஸ்காரனுக்குமான அடிதடி என்றும் வேண்டுமானால் ஒரு சுவாரசியமான ஒரு கதை உருவாக வாய்ப்புண்டு. டெல்லிக்கு வரக் கூடாதென்றெல்லாம் இல்லை. எழுதிக் கொண்டிருக்கும் நாவல் என் பயணங்களால் தடைபடும். கூடவே என் விவசாய வேலைகளும்.

இப்படிக்கு

உன் அன்பான நண்பன்

கடிதத்தைத் தபால்பெட்டியில் சேர்க்கும்போது நான் தீவிர யோசனையிலிருந்தேன். அவன் ஒரு ரகசியப் போலீஸ்காரன். ஆனாலும் என்ன? வானத்திலிருந்து விழுந்த எலும்புக் கூட்டை நம்பவும், ஒரு ஆட்டுக்குட்டிக்காக வருத்தப்படவும் அவனால் முடிகிறதே! அவன் பிழைத்துக்கொள்வான்.

எலும்புக்கூடாம்! வானத்திலிருந்தாம்! நோ... ஹா...ஹா...ஹா... என் கிட்டயேவா?

ஓரிடத்தில்

வீட்டைச் சுற்றியிருந்த புல்வெளியின் ஒரு மூலையிலிருந்த அக்குளத்தில் குறைவான தவளைகள் இருந்தன.அவை பல்கிப் பெருகாததற்குக் காரணமே, கறுப்பு மாலைகளைப் போல் அவை இடும் முட்டைகளை அக்குளத்து மீன்களுக்கும்,போதாக்குறைக்கு அவ்வீட்டுக் குழந்தைகளின் விளையாட்டுகளுக்கும் இரையானதுதான். இதிலும் தப்பித்து வந்தவையே இவை.

அக்குளத்து மீன்கள் எப்போதும் அவ்வீட்டுச் சமையலறையில் மறைந்து கொண்டிருந்தாலும்கூட மீன்களின் பெருக்கத்திற்கு ஏதோ ஒரு வகையில் அவர்கள் துணை நின்றனர். மீன்கள் பெருகப் பெருக தவளைகளின் பதட்டம் அதிகரித்தது. இப் பதட்டம் தலைமுறை தலைமுறையாக அக்குளத்தில் சுழன்று கொண்டிருந்தது.

வீட்டுக் குழந்தைகளின் விளையாட்டுகள் குறைய ஆரம்பித்ததே அவர்கள் வளர்ந்து பெரியவர்களானதால்தான். ஆனால் அவ்விடத்தைப் புதியதாக வந்த ஒரு ஆமை எடுத்துக்

கொண்டது. (இந்த ஆமை அப்பாவி என்று ரொம்ப காலம் கழிந்துத்தான் தெரிந்தது.)

அவ்வீட்டுப் பெண்குழந்தைகள் ஒரு பூனைக்குட்டியைக் கொண்டு வந்தனர். சத்தமற்ற அதன் மென்பாதங்கள் இரவில் அசையாமல் கிடக்கும் தவளைகளுக்கிடையே நடந்தபோதும், அவற்றை அது எதுவும் செய்ததில்லை. ஒருவேளை அத்தவளைகளை அது இரைந்து கிடக்கும் கற்களாகவோ, படர்ந்திருக்கும் பாசியென்றோ நினைத்திருக்க வேண்டும். எப்போதாவது குளக்கரையில் ஒளிந்தமர்ந்து, அப்பூனையின் மின்னல்கொடி போன்ற நீளும் நகங்களில் மாட்டிச் சிதையும் மீன்களைத் தங்கள் உருண்டை கண்களால் பார்த்துக் கொண்டிருந்தன.

குளத்துக்கு வெளியே பறந்தடங்கும் பூச்சிகளைத் தின்ன அவை புல்வெளியின் இருளில் காத்திருந்தன. அவற்றின் நீண்ட நாக்குகள் சாட்டைகளைப் போலப் பறந்து, படபடக்கும் நிறம் மங்கின அப்பூச்சிகளை ஒற்றியெடுத்து இரையாக்கின.

வீட்டுப் பூனை, குளக்கரையில் மீன்வேட்டையை உதறி, வேறெங்கோ கேட்ட அழைப்பை நோக்கி, காதலோடு போய்க் கொண்டிருந்ததைத் தவளைகள் கவனித்தன. அப்பக்க அழைப்பைத் தன் மெல்லிய குரலால் அங்கீகரித்து அது அவ்விருட்டில் எங்கோ ஒரு மறைவிடத்தைத் தேடிப் போய்க் கொண்டிருந்தது.

கொஞ்ச நாட்களிலேயே அதன் நடமாட்டத்தில் ஒரு வேறுபாடு தெரிய ஆரம்பித்தது. அது தன் தொங்கும் வயிறுடன், குளக்கரையில் உட்கார்ந்து தன் உடலை நக்கிச் சுத்தப்படுத்திக் கொண்டிருந்த காட்சி அவற்றின் சந்தேகத்தை உறுதிப் படுத்தியது. ஆம். அப்பூனை கர்ப்பமாகி இருந்தது.

அத்தவளைகள் மிக கவனத்தோடு தினமும் தங்கள் எண்ணிக்கையை சரிபார்த்துக் கொண்டன. அடுத்த

மழைக்காலத்திற்குள் நாம் எவ்வளவாகப் பெருகுவோம் என்ற பெருங்கனவு ஒன்று அவைக்கிருந்தது. இக்கணக்கெடுப்புகளில் அவற்றின் எண்ணிக்கை குறைந்திருந்ததைப் பெரும் துக்கத்தோடு கண்டடைந்தன.

குளத்து மீன்களுக்கான உணவு, வீட்டிலிருந்து வீசப்பட்டிருப்பினும்கூட, (அவற்றின் கணிசமான பங்கை தவளைகளும் கைப்பற்றியிருந்தன) கரும் மாலைகளாக நீண்ட தவளை முட்டைகளே அவற்றிற்கு விரும்பமாக இருந்தன. இக்காட்சிகளின அதிர்வில், இரவில் பூனையிடம் மாட்டிச் சிதையும் மீன்களைப் பற்றிய குரூர ஞாபகம் அவற்றைக் குஷிப்படுத்தின.(கொஞ்சம் பயத்துடனும் சந்தேகத்துடனும்தான்)

அந்த வீட்டு நிலவறையில் எப்போதோ தூக்கிவீசப்ப ட்டிருந்த ஒரு மெத்தைமேல் அப்பூனை பஞ்சுத் துண்டுகள்போல் வசீகரமான மூன்று குட்டிகளை ஈன்றது. அக்குட்டிகளைத் தன் ஈரநாக்கால் நக்கி, வாஞ்சையைக் கொட்டியும்,அவை பசியால் சோரும் போதெல்லாம், உரிமையோடு அவ்வீட்டுச் சமையலறையில் நுழைந்து பால் குடித்து வந்த திருப்தியோடு தன் பிரியமான செல்லக் குட்டிகளுக்குப் பாலூட்டவும் செய்தது.

இப்படியாகக் குட்டிகள் வளர்ந்தன. நிலவறையிலிருந்து தங்களை தலைகளை மெல்ல நீட்டி வெளியைப் பார்த்தன. அவை சுதந்திரமாய் சமையலறைவரை அங்கேயும், இங்கேயும் ஓடி விளையாடி அவ்வீட்டை சௌந்தர்யத்தால் நிறைத்தன.

இலைநுனிகளில் தேங்கி நின்று அழகு காட்டிய பனித்துளிகளுக்கிடையே ஒரு மரித்துப்போன தவளையின் உடல் அனாதையாகக் கிடந்ததைப் பார்த்து தவளைகள் அதிர்ந்தன.

பீதி நிறைந்த கண்களோடு கரையிலிருந்து அதைப் பார்த்துக் கொண்டிருந்தபோதே புல்வெளியைச் சுத்தம் செய்ய

வந்த ஒரு பெண், அருவருக்கத் தக்க முகச்சுழிப்போடு அதை ஒரு கோலால் தூக்கி எறிந்தாள்.

ஒருவித அச்சமும், நடுக்கமுமான மனநிலையில் தவளைகள் அன்று மாலை ஓரிடத்தில் சங்கமித்தன. இழப்பின் வலியோடு அவை தங்களைத் தாங்களே சரிபார்த்துக் கொண்டன. தங்களின் ஓர் எண்ணிக்கை குறைவை நடுங்கும் இதயத்துடன் உணர்ந்தன. ஆனாலும் இதற்கு ஒன்றும் செய்ய முடியாத கையறுநிலையில், நாளைய விடியலில் நல்லதே நடக்குமென முடிவெடுத்து, நிலவொளியில் பளபளக்கும் படிக்கட்டுகளிலும், பனியில் நனைந்த புற்களுக்கிடையிலும், நீரின் அலைவிலும், நட்சத்திர ஒளியில் மயங்கிப் பறக்கும் வண்ணத்துப் பூச்சிகளையோ, அல்லது மின்மினிப் பூச்சிகளையோ, ஆதரவற்ற புழுக்களையோ எதிர்பார்த்துக் காத்திருந்தன அத்தவளைக் கூட்டம்.

எல்லோரும் சாப்பிட்டு முடித்து உறங்கி, பின்னிரவில் வீட்டினுள்ளிருந்து தெளிவற்ற ஒரு மணியோசையைப் போல் பூனைக்குட்டிகளின் கொஞ்சலான சிணுங்கல்களும், அம்மாவின் ஆதரவான சமாதானமும் இருட்டில் கசிந்து குளக்கரையை எட்டின.

இக்குரல்கள் தவளைகளின் மென்இதயங்களை நொறுக்கின. அவை இரைக்குக் காத்திருத்தலையும் உதறி, மண்ணிற்குள் புதையுண்டு போவதுபோல் உடல் குறுக்கி அவ்விருட்டில் மரத்துப் போய் உட்கார்ந்து கொண்டிருந்தன.

அக்குரல்கள் வீட்டினுள்ளிருந்து வெளியேறி இருட்டில் தங்களை நோக்கி நகர்வதை அவை உணரத் தொடங்கின. யாரோ மெதுவாகப் பிடித்திழுக்கும் ஒரு கறுப்புப் படலத்தைப்போல் இரவு நகர்ந்தது.

வெளிச்சம் அப்புல்வெளியை வியாபித்தபோது மேலும் ஒரு தவளை மரித்து மல்லாந்து கிடந்தது.

சகிக்க முடியாத அத்துயரப் பகலின் நகர்தலுக்குப்பின், அவை மீண்டும் அனாதைப் பிணங்களைப் போல ஒன்றுகூடின. தங்களில் இருவரை இழந்துவிட்டோம் என்ற துயரம் தாங்க முடியாததாகவும், தங்களைச் சுற்றிப் பின்னப்பட்டிருக்கும் ஒரு பயங்கரம் வெளிச்சம் மாதிரி அவற்றைச் சூழத் தொடங்கியது. அவை நட்சத்திரங்களால் மூடப்பட்டிருந்த ஓர் ஆகாயத்தின் கீழிருந்து பயமுறுத்தல்களால் நெருக்கப்பட்ட இதயங்களுடன் அந்த இரவை வெறுமையோடு பார்த்துக் கொண்டிருந்தன. இருட்டு விடியலின் துறைமுகத்தை நோக்கி வேகமாக நகர்ந்தது. மெதுவாய் அத்தவளைகள் உடல் பசி காட்டிய திசை நோக்கி நகர்ந்தன.

அதற்கு மறுநாளும் இன்னுமொரு தவளையின் சிதைக்கப்பட்ட உடல் புல்தரையில் கிடந்தது.

அன்று பகல் முழுக்கவும், இருட்டும்வரை அத்தவளைகள் ஓரிரு குழுக்களாகப் பிரிந்து அக்குளக்கரையிலேயே கிடந்தன.

அன்றிரவு வெளிச்சம் வழிந்த அவ்வீட்டு ஜன்னல்களின் வழியே பிரார்த்தனைகளும் அதனூடே பூனைக்குட்டிகளின் சிணுங்கல்களும் கேட்டன. இரவு முடிந்த பிறகுதானெனினும் அன்று மாலையிலேயே அவை பொம்மைகள் வேண்டிக் கூக்குரலிட்டன.

குளக்கரையின் இருட்டில் கூடிய இரகசியக் கூட்டங்கள் தங்களுக்கேற்பட்ட இத்துயரத்திற்கு ஏதாவதொரு வகையில் முடிவு தேடின.

இப்போது உடனடித் தேவை செயல்தான். அது மட்டும்தான் இப்போதையத் தேவை.

இதுவரை நம்மில் மூவரைப் பலி கொடுத்திருக்கிறோம். நாளை காலை விடியும் சூரியன் நம்மில் இன்னொரு ஜீவனைப் பலி கொண்டெழாது என்பது எப்படி நிச்சயம்?

எப்போதும் நமக்கு இம்மூன்று உயிர்களை இழக்க பல ஆண்டுகளின் இடைவெளிகள் தேவைப்பட்டிருக்கிறது.

ஆனால் இன்று அது தொடர்ந்து மூன்று நாட்களில் நிகழ்ந்திருக்கிறது. அதிலும் தாய்மையைத் தரிசிக்கவிருந்த இரு கர்ப்பவதிகள்.

"இனியும் இதை அனுமதிக்க முடியாது. செயல் உடனடிச் செயல். அது ஒன்றுதான் நம் வம்ச நிலைநிறுத்தலை உறுதி செய்யும்…"

அடுத்த முடிவெடுக்கும்வரை யாரும், குறிப்பாக கர்ப்பிணிகள் குளத்து நீர்ப்பரப்பைவிட்டு வெளியே போகவேண்டாம், அது இரை தேடவேயெனினும். பெண் தவளைகளைத் தவிர மீதமுள்ளவர்களைக் குலுக்கல் முறையில் தேர்ந்தெடுத்து ஒரு நாளைக்கு ஒருவர் என்ற விகிதத்தில் அப்பூனைகளுக்கு பலி கொடுப்பதென்று தீர்மானமானது. அவை தங்கள் இனப் பாதுகாப்பு மற்றும் நிலைநிறுத்தல்களுக்காக அவசர கதியில் செயல்பட்டன.

கொன்ற தவளைகளின் மாமிசங்களைத் தின்னாமல் விட்டிருப்பதிலிருந்து, பூனைகளுக்கும் அதன் குட்டிகளுக்கும் தவளை மாமிசத்தில் அவ்வளவு விருப்பமின்மையையே காட்டுகின்றன. ஆனாலும் நடக்கும் தொடர்கொலைகள் அதைப் பூனைகள் பழக்கமாக்கிக் கொள்வதை நமக்கு உணர்த்துகின்றன. இது இப்படியே தொடர்ந்தால் தவளைக் கறி ருசியை இப்பூனைகள் கண்டுகொள்ள பெரும் வாய்ப்பிருக்கிறது. இது மிகப் பெரும் ஆபத்து. இதிலிருந்து தப்பிப் பிழைக்கும் ஒரு கர்ப்பிணித் தவளைக்கூட அடுத்த தலைமுறையைக் காண ஒரு சந்ததியை உருவாக்கும் என்ற நம்பிக்கையின்மையில் அவை மிகத் துயருற்றன.

எப்படி யோசித்தாலும் இதிலிருந்து தப்பிக்க ஒரே ஒரு வழி மட்டுமே உண்டு. பூனைக்கும் அதன் குட்டிகளுக்கும் ஒரேயடியாக அதிகமான தவளைக்கறியைக் கொடுத்து

அவற்றிற்கு அதை வெறுக்க வைப்பது. திணறத் திணற அவற்றிற்கு தவளைக் கறியைப் படைப்பது.

தம் இனம் நிலைபெறவும், பாதுகாப்பாக வாழவும், சுதந்திரமாய் இரை தேடவுமான ஒரு அசாதாரண நடவடிக்கை இது. நம் வம்ச வரலாறு நெடுகத் தேடினாலும் இப்படி ஒரு நிகழ்வைக் காண முடியவில்லை என்பது ஒன்றே இத்தீர்மானத்தின் முக்கியத்துவத்தை நமக்கு உணர்த்துகிறது.

ஒருமித்த கருத்தோடு 'வம்சப்பாதுகாப்பு' என்ற ஒற்றை வார்த்தைக்காக அவை தாங்கள் எடுத்த இத்தீர்மானத்தை ஈரமான இதயங்களுடன் ஒருமித்தன. இது குறித்து பயப்படவோ, சந்தேகப்படவோ, துன்பப்படவோ இல்லை. அந்த ஒரே ஒரு ஒற்றைத் தவளையைத் தவிர.

இறந்த மூன்று தவளைகளும், இரைகளாக இன்றி விளையாட்டாகத்தான் இறந்திருக்கின்றன என அத்தவளை உறுதியாய் நினைத்தது. தன் இனம் இவ்வளவு சிரமப்பட்டு எடுத்த இம்முடிவு அர்த்தமற்றது என அது நினைத்தது. நாம் விளையாட்டுப் பொருள்கள் மட்டமே. இரைகளல்ல என்று தெரிந்திருந்தால் இதில் துக்கப்பட ஒன்றுமில்லையெனப் புரிந்துகொண்டு எல்லா துக்கத்தையும் உதறிவிட்டுப் போயிருக்கலாம். ஆனால் சொல்வதனாலோ, அல்லது சொல்லாமல் இருப்பதனாலோ எதுவும் ஆகப் போவதில்லையென அறிந்து அது மௌனம் காத்தது.

தானும் இந்தப் பயனற்ற குலுக்கலுக்கும் அர்த்தமற்ற பலிக்கும் ஆளாக நேர்ந்ததை நினைத்து உண்டான பயத்தையும், வேதனையையும் ரகசியமாகவே வைத்துக்கொண்டு, தன் இனத்தின் மௌனத்துக்குள் தன்னையே கரைத்துக்கொண்டது என்றாலும், அதன் மனதில் தன்னுடைய இனத்தைப் பற்றிய வேதனை தொடர்ந்தது. இரைகளென்று தாங்கள் தவறாகப் புரிந்துகொண்ட தங்கள் இனம் இழப்பது, உதவிக்கு யாருமில்லை என்பதை உணர்ந்ததால் வரும் எளிய அமைதியையும், இழப்பின்

வேதனையையும், சரணாகதியின் மௌனத்தையும், பொறுமையின் ஒளிரும் காத்திருப்பையும் எல்லாம்.... குருடர்களைப்போல வீசியெறிவதை, கூடவே தன்னையும் இந்தக் குரூர இழப்பில் ஒரு பங்காளி ஆக்குவதை, வேதனையுடன் பார்த்துக் கொண்டிருந்தது.

இந்தத் தொடர்பலிக்கு முதலில் தேர்வானது, இளமையின் இனிமையை இன்னும் அனுபவித்து முடித்திராத இந்தத் தவளைதான்.

தான் தேர்ந்தெடுக்கப்பட்டதைப் பற்றி அது வேதனையுடன் கேட்டுக் கொண்டிருந்தது. இந்த வீணான பலித்தொடரைத் தானல்லவா தொடங்கப் போகிறோம்? தன்னுடைய எளிய வாழ்க்கை இப்படி அர்த்தமற்றல்லவா முடியப் போகிறது என்பதை நினைத்து அது ஒரு தீவிரமான துக்கத்தில் ஆழ்ந்தது. தன்னுடைய தேவையற்ற பலி மிக விரைவில் முடிந்துவிடும். பூனைகளும் குட்டிகளும் விரைவாகவே விளையாட்டுப் பொருள்களைத் தேடி வருமென்று எண்ணி, கட்டளைகளுக்காக அது காத்திருந்தது.

குளத்தின் இருண்ட நீரில், அத்தவளைகள் முழுவதும் தம் இனத்தில் முதல் பலியைச் சுற்றி மௌனமாக நின்றன. அக்குறித்த நேரத்தில் பலிக்குத் தேர்ந்தெடுக்கப்பட்ட தவளை, நீர்ப்பரப்பின் ஒத்த சிந்தனையுடைய கூட்டத்திலிருந்து, அடர்ந்து போகும் ஒரு இலைபோல விலகிச் சென்றது. குளிர்ந்த நீரின் சுழலில்பட்ட அமைதியான முத்தங்களுடன் அந்த உருவம் தனியாகத் தன் இனத்தை விட்டு அகன்று கரையை நோக்கி மெதுவாக நீந்திச் சென்றது. குளத்தின் கரைகளில் மிருதுவான தொடுதல்களுடன் அலைகள் மெல்ல உதடு பதித்தன.

வீட்டின் படிக்கட்டுகளுக்கு முன்னால் புல்வெளி மீதிருந்த சிறிய வழியில் அது காத்திருந்தது. வீட்டில் சத்தங்கள் குறைந்து மௌனமானது. கதவுகள் அடைத்துக் கொண்டன. விளக்குகள் ஒவ்வொன்றாக அணைந்தன. இரவு மெதுவாக

நகர்ந்தது. ஒலியற்ற பாதங்கள் புல்வெளிகளில் இறங்கி வரவில்லை. நள்ளிரவுக்குப் பிறகு நிலவு வந்தது. புல்வெளியில் பனித்துளிகளின் ஈரத்தில் நிலவு மெல்ல ஒளிர்ந்தது. பலியை ஏற்றுக்கொள்ள யாரும் வெளியே வரவில்லை.

குளத்து நீரில் தன் இனத்தின் பொறுமையின்மையின் அசைவுகள் உதிர்த்த சப்தங்களும், அலைகளும், நீர்ப்பரப்பும், குமிழிகளும் இடைவெளி விட்டு எழுந்தெழுந்து தாழ்ந்தன. இருண்ட இரவிற்குப் பதிலாக மங்கலான ஒளிரும் ஓர் இரவு பலியிடத்தில் காவல் நின்றது. பலிப்பொருள் யாருமற்று வெகுநேரம் அப்புல்வெளியிலேயே இருந்தது.

அதற்குக் காரணமே அந்த இரவில், அவ்வீட்டில் நடந்த பிறந்தநாள் விருந்துதான். வயிறு நிறைய சாப்பிட்ட பூனைக்குட்டிகள் உணவு மேஜைக்குக் கீழேயே தங்கள் அம்மாவுடன் படுத்துத் தூங்கின. அவ்வுறக்கம், புல்வெளியையும், தன் கொண்டாட்டமான கிண்டல்களையும் மறந்திருந்தன.

இத்தாமதம் முதல்பலியாகத் தேர்வு பெற்றிருந்த தவளையை மிக வருத்தியது. எல்லாம் நொடியில் முடிந்துவிடும் என்ற அதன் எதிர்பார்ப்பு நிறைவேறாத வருத்தம் அதற்கு உண்டானது. இக்கணம் அதன் மனதில் என்னென்னமோ அலைக்கழிப்பை உருவாக்கியது. அதன் மன அமைதி குலைந்து விரிசல் கண்டது. தன் நினைவின்றி வேறு எது பற்றியும் யோசிக்கும் நிலையில் அது இல்லை. இப்படியே நீண்ட அவ்விரவில் நிலவு உதித்தது. அதன்கீழ் ஒளிந்த இதன் நிர்வாணமே ஒரு செயலாக மாறி அதன் அமைதியின்மையை இரட்டிப்பாக்கியது.

அது தனக்குள்ளேயே பேசிக் கொண்டது. இருட்டின் நிழல் முழுவதும் தன்மேல் படிந்திருந்தாலும்கூட இக்குளத்திலிருந்தே மற்றவர்கள் என்னைப் பார்த்திருக்க முடியும். மரண விளிம்பில் நிற்கும் இந்நிமிடமாவது

அந்நியக் கண்களின் தீண்டுதலிலிருந்து தப்பிக்கலாம். அந்த ஆவல்மிகு பார்வையிலிருந்து தப்பி, கணநேரத்தில் நான் மரணிக்க விரும்புகிறேன்.

யாருக்குத் தெரியும்?

இத்தனை நேரக் காத்திருப்பு பொய்யாகி, அவையும் கண்கள் மூடி உறங்கியிருக்கலாம். அது எனக்கு ஒரு வகையில் மகிழ்ச்சிதான். எனக்காக வருந்தும் ஜீவன் இவ்வுலகில் ஏதேனும் உண்டா? சே... இந்நிமிடத்தில் எதற் எதிர்மறையான யோசனைகள்.

நிலவை ஒரு கருமேகம் முழுவதும் மூடிக்கொண்டது. அது நான் ஓடி ஒளிவதற்கல்ல. அந்த இரகசிய நிமிட இடைவெளியில் என் ஒட்டுமொத்த ஜீவித துக்கத்தை, அது இப்படி ஒரு அற்பாயுளில் முடியும் தருணத்திற்காக என் அழுகையை இரகசியமாக்கிக் கொள்ள வேண்டி.

என் பிரியத்துக்குரிய பலிதெய்வங்களே! எங்கேயிருக்கிறீர்கள்? இதோ என்னை முழுவதும் ஒப்புக் கொடுக்கிறேன். என்னை ஏற்றுக் கொள்ளுங்கள். என் உடல் உங்கள் கூர்நகங்களால் சிதைவதை யாரும் பார்க்கும் முன்பே என்னைப் புசியுங்கள். என் அபயக்குரல் யாருக்கும் கேட்காமல் போகட்டும். நீங்கள் என்னை உடனே கொல்லாமல் விளையாடியும், நகங்களால் பிறாண்டியும், கடித்தும், குதறியும் என் சிதைதலை ரசிக்கலாம். அவ்வேதனை யாருக்கும் தெரியாமல் என்னோடு புதையட்டும்.

என் சக தோழர்களின் எதிர்பார்ப்பின்படி என் சிதைவுற்ற உடலால் இப்புல்வெளி கறைபடும்போது, என் கடைசித் துடிப்பை, கதறலை எந்தவொரு கண்ணும் காதும் அறிய வேண்டாம். இந்த இரவும், ஒளிரும் இந்நிலவும் மட்டுமே சாட்சியிருந்தால் போதும். என் மரணம் எனக்கானது மட்டுமே.

இம்மனக் கொந்தளிப்புகள் ஏதுமறியாத பூனைக்குட்டிகள் அம்மாவின் உடல்சூட்டுக் கதகதப்பில் கட்டியணைத்துத் தூங்கிக் கொண்டிருந்தன. கனவுகள் அவற்றைச் சூழ்ந்திருந்தன.

குளத்திலிருந்து கவனித்துக் கொண்டிருந்த கண்கள் பொறுமையிழந்தன. பின்னிரவில் நிலவு இன்னும் கூடுதல் வெளிச்சத்துடன் ஒளிர்ந்தது. புதிதாய் முளைத்த நட்சத்திரங்களும் அதனோடு போட்டி போட்டன. விடியலின் சுகந்தத் துகள்கள் காற்றில் கலந்திருந்தன.

திடீரென அத்தவளை தனிமையில் கத்தியது. பலியற்றுத் திரும்ப முடியாத குளத்திற்கும், தன் பலியை ஏற்காமல் உறங்கும் அப்பூனைக்குட்டிகளுக்குமிடையே அது ஒரு புழுவைப் போல நெளிந்த காட்சி, நிலவொளியில் மிகுந்த துயரேற்றியிருந்தது.

அது தன்னை நோக்கிய கவனப்படுத்தலுடன் அழுகையினூடே அப்பூனைக்குட்டிகள் உறங்கும் வீட்டை நோக்கிப் போனது. அதன் கூக்குரல் உறங்கும் அவ்வுருவங்கள் மேல் நிராதரவாக எதிரொலித்தன.

எதையோ எதிர்பார்த்துக் காத்திருந்த மற்ற தவளைகளின் இதுவரையான அவஸ்தை, எழுந்த அச்சிற்றலைகளில் மோதி கரைகளில் இடித்துக் கரைந்தது.

குழந்தை உண்ணி

உடம்பில் ஒரு பொட்டுத் துணியின்றி உண்ணி வழியின் நடுவில் நின்றான். கடைகளின் வாசல்களில் ஆட்கள் நின்று பார்த்துக் கொண்டும், சிரித்துக் கொண்டுமிருந்தார்கள். இங்கேயிருந்து ஓடிவிட வேண்டும். ஆனால், கால்கள் அசையவில்லை. மனம் சங்கடத்தாலும் தீவிரமான அவமானத்தாலும் நிறைந்தது. இதயம் வெடிப்பதுபோல அழுகை உடைந்து உடைந்து வந்தது. ஆனால், சத்தம் வெளியே வரவில்லை, அழுகையை ஏதோ பிடித்து நிறுத்தியதுபோல இருந்தது!

திடீரெனத் தூக்கம் கலைந்தது. மனதிற்குள் மகிழ்ச்சி குதித்தோடி வந்தது. நிம்மதி நிறைந்தது. ஓ, கனவுதான் இது, கனவு! உண்ணி போர்வையை நன்றாக இழுத்துப் போர்த்திக்கொண்டு மீண்டும் படுத்தான். வெறும் கனவுதான்.

உண்ணியின் மனதில் அந்தக் காட்சி மீண்டும் கடந்து சென்றது. கனவுதான், கனவுதான் - மீண்டும் மீண்டும் அவன் நினைத்தான். அந்த நம்பிக்கை எதையோ ஒன்றைத் தருவதுபோல இருந்தது. நிம்மதி, அலைகள் அடித்தபடி உண்ணியின் மனதில் ஏறியிறங்கியது.

அடுப்படியிலிருந்து ஈர விறகை எரிக்கும் வாசனை வந்தது. விறகுவெட்டி குஞ்ஞாப்பு என்ன செய்து கொண்டிருப்பார்? காலையில் எழுந்து கீழே ஓடையிலுள்ள கல்லில் கோடாலியைத் தேய்த்து கூர்மைப்படுத்திக் கொண்டிருக்கலாம். குஞ்ஞாப்பு வராந்தாவில்தான் படுத்துக் கொள்கிறாராம். எவ்வளவு மகிழ்ச்சியாக இருக்கும். ராத்திரியில் கண் திறக்கும்போதெல்லாம் நட்சத்திரங்களைப் பார்க்கலாமே, நிலாவையும் பார்க்கலாமே. இல்லை, நட்சத்திரங்கள் இருக்கும்போது நிலா இருக்குமா என்ன? இருக்கலாம் அல்லது இல்லாமலுமிருக்கலாம்.

குஞ்ஞாப்புவின் வீட்டுத் திண்ணையில் படுத்தால் எல்லாவற்றையும் பார்க்கலாம். உண்ணி திண்ணையில் மல்லாந்து படுத்து எல்லாவற்றையும் பார்த்தான். இளைய நிலா இரவின் மடியில் தளர்ந்து படுத்திருந்தது. சுற்றிலும் நட்சத்திரங்களும் இருந்தன. நிலா ஆகாயத்தில் ஓடுகிறது. நட்சத்திரங்கள் பாய்கின்றன. நிலா விழுகிறதா? விழாது என்று அப்பா சொன்னாரே? இதோ கீழே கீழே வருகிறதே. கூரைக்கு மேலே வந்துவிட்டதே. எங்கே ஓடுவேன்? ஓட முயன்றான். கத்தவும் முயன்றான். தொண்டையிலிருந்து ஒரு முனகல் மட்டும் வெளியே வந்தது.

உண்ணி மீண்டும் விழித்தான். நெஞ்சு படபடத்துக் கொண்டிருந்தது. சிறிது நேரம் படுத்தபடியே இருந்தான். பார்க்கமுடியாத, புரிந்துகொள்ள முடியாத வெளிச்சம் சன்னமாக வந்துகொண்டிருந்த அறையைச் சுற்றிலும் பார்த்தான். அது கனவுதான் என்பதை உடனே புரிந்து கொண்டான். ஒரு கம்பளிப் போர்வைபோல, நிம்மதி உண்ணியின்மீது படர்ந்து விழுந்தது. இது கனவுதான். உண்ணி சிரித்தான். தலையணை, போர்வைகளின் இளஞ்சூடு நிறைந்த அந்த அறைகளுக்குள் உண்ணி மீண்டும் முனகினான்.

ஜன்னல் திரைச்சீலையின் இடைவெளியில், சமையலறையிலிருந்து வெளிச்சத்தின் ஒரு சிறு கீற்று சுவரில் பதிந்தது. அசைந்து கொண்டிருந்த தீப்பிழம்புகளுக்குச் சமமாக அது மின்னுவதும், மங்குவதும், அசைவதுமாக இருந்தது. பார்க்க மிக அழகாயிருக்கிறது என்று நினைத்தான் உண்ணி.

இப்போது அடுப்புக்குப் பக்கத்தில்போய் தீயைப் பார்த்துக்கொண்டு அமர வேண்டும் போலிருந்தது. இல்லை, அடுப்பு பற்ற வைப்பதற்கு முன்பே போக வேண்டும். நேற்றைய சாம்பலை அடுப்பிலிருந்து அகற்றுவார்கள். அப்போது அடுப்பின் சின்ன மூலைகளில் ஏதோ ஒன்று இருப்பதாகத் தோன்றும். உண்ணிக்கு அந்த மூலைகளில் ஒன்றில் போய் அமர வேண்டும் என்று தோன்றும். ஓர் எறும்பினைப்போல ஒரு மூலையிலிருந்து அடுத்த மூலைக்கு நகர்ந்து செல்ல வேண்டும். அடுப்பின் அந்த இருண்ட மூலைகள் எனக்குத் தெரியும். நன்றாகத் தெரியும். என் மனசில் அந்தக் கோணங்களும் மூலைகளும் இருப்பது போல இருக்கிறது. ஆனால் அங்கே போய் அமர எப்போதும் முடிவதில்லை.

அப்படிப்பட்ட மூலைகள் எங்கேயெல்லாம் இருக்கின்றன? உண்ணி யோசித்தான். முற்றத்தில் விறகுகள் அடுக்கி வைக்கப்படும் பழைய அறைகளில் அப்படிப்பட்ட மூலைகள் இருக்கின்றன. குளிர்ச்சியான மணல்துகள்களும் தனிமையும் உள்ளே இருக்கும். தூண்களில் வைத்திருக்கும் விறகுகளுக்கடியில் குனிந்து அமரவேண்டும். மண்புழுக்கள் உள்ளே மண்ணில் குழிகள் தோண்டியிருக்கும். அவற்றிற்கிடையில் அந்தக் குளிர்ச்சியான மண்ணில், கற்களின் மூலையில் மண்புழுக்களுடன் சேர்ந்து சிறிய உருவமாக மாறிவிட வேண்டும். எவ்வளவு சந்தோஷமாக இருக்கும்!

உண்ணி மீண்டும் உறங்கினான். அடுப்படியில் இருந்து பாத்திரங்கள் உருளும் சப்தம் உச்சத்தில் கேட்டவுடன் விழித்தான். இன்னும் விடியவில்லை. விடியும்போது முற்றத்தில் நிற்பது நன்றாக இருக்கும். தொலைவில் மலைகளுக்கு இடையில் மேகங்களுக்கு மத்தியில் வெளுத்த பிளவுகளைப் பார்க்கலாம். சூரியன் உதிப்பதுதான் அது. மலைகளைப் போலவே நீண்ட மேகங்களும் இருக்கிறது. பனியினூடே எவ்வளவு கூர்ந்து பார்த்தாலும் மலை எது, மேகம் எது என்று தெரியாது. என்ன மேகம் அது? காலையில் ஆகாயத்தில் காற்றில்லையோ? இருக்காது போல. குஞ்ஞாப்புவிடம் கேட்க வேண்டும்.

குஞ்ஞாப்பு எப்படிப்பட்ட ஆளு! குஞ்ஞாப்புவுக்கு எல்லாம் தெரியும். வானத்தைப் பார்த்துக்கொண்டே 'இதோ, இப்ப மழை வரப்போகுது' என்பார். மழையைச் சும்மா அப்படியே தோளில் போட்டுக்கொண்டு எவ்வளவு வேகமாக நடக்கிறார். இப்போ மழை கீழே விழுமெனத் தோன்றும். அது சுகமாயிருக்கும்.

அம்மா அழுவாங்க. அப்பாவிடம் அம்மா அழுவதை எத்தனை முறை பார்த்திருக்கிறேன். உடனே அப்பாவுக்கு கோபம் வரும். அம்மாவின் தோளைப் பிடித்து நெருக்கமாக நிறுத்திக்கொண்டு என்னவெல்லாமோ சொல்வார். அம்மா அழுகையை நிறுத்திவிட்டுச் சிரிப்பார். அப்பாவும் சிரிப்பார். எப்போதும் அப்பா ஒரு விஷயத்தைத்தான் சொல்வாரா? இருக்காது. அப்பாவுக்குத் தெரியாத விஷயங்களே இல்லை. ரயில் எத்தனை மணிக்கு வரும் போகும் என்பதெல்லாம்கூட அவருக்குத் துல்லியமாகத் தெரியும். காரின் பேனட்டைத் திறந்து அதில் எவ்வளவு வேலைகள் செய்வார் தெரியுமா?

உண்ணி மீண்டும் உறங்கினான். காரில் ஏறி ஓடைக்கருகில் அருகில் உள்ள குறுகிய வழியில் போவதாகக் கனவு கண்டு கொண்டிருக்கையில் திடீரென்று கார் நின்று விட்டது.

உண்ணி போர்வையை உதறி எழுந்து நின்றான். அவிழும் நிக்கரை ஒரு கையால் பிடித்துக்கொண்டே இழுத்து இழுத்து நடந்தபடி சென்று அடுப்படியில் ஓர் இடத்தில் அமர்ந்தான்.

"என்னடா உண்ணி, அதிசயமா இன்னக்கி இவ்வளவு காலையிலேயே எழுந்துட்ட" என்றாள் அம்மா.

உண்ணிக்குக் கோபம் வந்தது. நான் என்னிக்குமே காலைலயே எழுந்திருக்கிறேன். அம்மா எதற்கு இப்படிச் சிரிக்கிறாள்? அவன் அடுப்புக்கருகில் நெருங்கி உட்கார்ந்தான். "வேணா, வேணாம். அவ்வளவு குளிரெல்லாம் இல்லை" அம்மா அவனைச் சற்று தள்ளி உட்கார வைத்தாள். உண்ணியின் கோபம் கூடியது. அம்மா இப்படி அவனைத் தள்ளி உட்கார வைத்தது அவனுக்குப் பிடிக்கவில்லை. இனி அம்மா அழும்போது சொல்ல வேண்டியதை அப்பா மறந்து போகட்டும். அப்போது பார்க்கலாம், அம்மாவோட திறமையை.

உண்ணி மீண்டும் அடுப்பிற்கருகில் நெருங்கி நின்றான். தீயின் வெளிச்சத்தில், இருட்டு நிறைந்த மூலைகளெல்லாம் மறைந்து போயிருந்தன.

"உண்ணி இன்னக்கிக் காலையிலேயே வம்புக்கு வரானே" அம்மா சிரித்தாள்.

மூலையில் கூட்டி வைத்திருந்த விறகுகளுக்கிடையில் கொஞ்சம் இருட்டு. உண்ணி அதனகருகே சென்றான். அந்தச் சிறிய இருண்ட இடத்தை உற்றுப் பார்த்தான். விறகில் கரையான் இருக்குமோ? இருக்கும். இல்லை. இருக்காது. புது விறகுதானே? சில சமயம் இருக்காது. யாருக்குத் தெரியும்? இருக்கலாம். எந்த மாமரத்தை யார் வெட்டினார்களோ? உண்ணி யோசித்தான்.

தோட்டத்து மூலையில் இருக்கும் அந்த காய்க்காத மாமரந்தானே? ஆமாம். மாங்காய்கள் இருந்த இடத்தில் தண்ணீர்க்கூடுகள் இருந்தன. மாங்காய் என்று தோன்றும்

படியான கூடுகள். அவற்றின் உள்ளே சென்று உட்கார வேண்டும். நீரைப் போலச் சிறிதாக. நன்றாக இருக்கும். தண்ணீர் இப்போது கீழே விழுந்து காய்ந்த இலைகளுக்கிடையில் ஓடிக் கொண்டிருக்கும். போய்ப் பார்க்க வேண்டும் அந்த அற்புதக் காட்சியை.

உண்ணி எழுந்து நிக்கரைப் பிடித்துக்கொண்டே மெதுவாக மாமரத்துக்கருகில் சென்றான். பனி விழுந்த புற்களை மிதித்தபோது சுகமாக இருந்தது. உண்ணி திரும்பிப் பார்த்தான். பின்னால் அவன் காலடித்தடங்கள் நீண்டு கிடந்தன. சுவாரசியத்துடன் கால்களை நீட்டி நீட்டி வைத்து நடந்து போனான். கண்ணுக்கு மாங்காய்கள் எதுவும் தெரியவில்லை. நிலத்தில் விழுந்தவுடன் அது சின்னதாகிப் போயிருக்கும்.

இந்தத் தென்னையையும் வெட்ட வேண்டும், உண்ணி குஞ்ஞாப்பிடம் சொன்னால் வெட்டி விடுவான். குஞ்ஞாப்புவின் முதுகுச் சதைகள் வேர்வையில் பெரியதாகி உருண்டு சுருங்கும். வெட்டி வெட்டி விழுவதைப் போலத் தோன்றும். க்ரிக், க்ரிக் - என்று சிறிதாகச் சத்தம் கேட்கும். தென்னை குலுங்கும். பின்னர் அழுதுகொண்டே சாயும். பின்பு திடீரென நிலத்தில் விழும். விழும்போது நான் அங்கே நின்றால் என்ன ஆகும்? செத்துப் போயிடுவேன். செத்துப் போவது என்றால் என்ன? அதையும் குஞ்ஞாப்புவிடம்தான் கேட்க வேண்டும்.

தென்னை மரத்தின்மேல் அடுப்பிலுள்ளதுபோலவே பொந்துகள் இருக்கின்றன. அது உண்ணிக்குத் தெரியும். தென்னை மட்டைகளுக்கும், குலைகளுக்கும், காய்களுக்குமிடையில் ஓர் இடம் இருக்கிறது. இருட்டான சின்ன இடம். அங்கே போய் உட்காரவேண்டும். குஞ்ஞாப்பு தேங்காய் பறித்துப் போட்டுவிட்டு கீழே இறங்கி வரும்போது ஒரு வாசனை வரும். அந்த வாசனையும் அங்கே இருக்கும். அங்கே உட்கார்ந்தால் எவ்வளவு நன்றாக இருக்கும்!

உண்ணி வீட்டுக்கு வந்தான். அப்பா கிளம்பிட்டாரே. "காலை உலா முடித்துவிட்டு உண்ணி வந்துவிட்டான்" அப்பா சொன்னார்.

உண்ணி, நிற்கும் காரையே பார்த்தபடி யோசித்தான். கார் சிரிக்கிறதோ? யாரையாவது இடிக்கும்போது கார் சிரிக்குமோ? சிரிக்கும்போலத்தான் இருக்கு.

"உண்ணி பெரிய மௌனியாக இருக்கானே இன்னைக்கு" அப்பா சிரித்தார். மௌனி என்றால் என்ன? முனிவரா? முனிவராக இருக்கும். முனிவரைப் போலத் தாடியெல்லாம் வளர்த்து, காட்டின் நடுவில், யாரும் பார்க்க முடியாத இடத்தில், செடிகளுக்கிடையில் மறைந்துபோக வேண்டும். சுற்றிலும் நனைந்த காய்ந்த இலைகள். அந்த இலைகளுக்கடியில் ஈரமான மண். காய்ந்த இலைகளுக்கடியில் உட்கார்ந்தால் எவ்வளவு சுகமாயிருக்கும்!

நாய்க்குட்டிகள் பால் குடிக்கும்போது லிஸிக்கு வலிக்குமா? உண்ணி ஒரு நாய்க்குட்டியைத் தூக்கியெடுத்தான். அது அழுதது. திரும்ப கீழே விட்டுவிட்டு, லிஸிக்குப் பக்கத்தில் உட்கார்ந்தான்.

சாயந்திரம் குஞ்ஞாப்புவுடன் ஓடைக்குப் போக வேண்டும். கல்லில் ஏறி உட்கார வேண்டும். தண்ணீரைப் பார்த்துக்கொண்டு உட்காரலாம். இலையும் முள்ளும் விழுந்து கிடக்கும் அந்த மூலையில் ஒரு இடமிருக்கும். பாசி படர்ந்த, புல் நிறைந்த ஓர் இடம். இருண்டு பச்சை நிறத்திலுள்ள இலைகளுக்கிடையில், பாசிக்கடியில் வெள்ளை மீன்கள் துள்ளிச் செல்லும். அழுகிய இலைகளும், மீன் குஞ்சுகளுமிருக்கும். தண்ணீரில் இறங்கி... மீன் குஞ்சாகிவிட வேண்டும்.

உண்ணி தூணில் சாய்ந்து உறங்கினான். அப்படியே கனவு கண்டான்.

உண்ணி தண்ணீரில் இறங்கினான். நீருக்கடியில் பாசி படிந்த காய்ந்த இலைகளின்மீது மீன் குஞ்சுகளை முட்டிக்கொண்டு நடந்தான். பஞ்சுபோல மிருதுவான இலைகள். அந்த மூலையை நோக்கி நடந்தான். மேலே பார்த்தால் பச்சை நிறம் மட்டுமே தெரிந்தது. சுற்றிலும் பச்சை நிறம். பாறைகளுக்கிடையில் நடந்து முடிவில் அடுத்த மூலையை அடைந்தான். அது இருண்டு சிறியதாக இருந்தது. குளிர்ச்சியாக, இந்த உலகத்திலேயே இல்லாததாக அந்த மூலை அவ்வளவு அழகாக இருந்தது. தூக்கத்தில் இலைகள் மேலே படர்ந்து கிடந்தன. ஒரு சிறிய கல் இருந்தது. அதில் ஏறி அமர்ந்து சுற்றிலும் பார்த்தான்... உண்ணி சிரித்துக்கொண்டான். எவ்வளவு நன்றாக இருக்கிறது. என்னை யாரும் பார்க்க மாட்டார்கள். என்னை யாருக்கும் தெரியாது. நான் என்னைக்கும் இங்கேயே இருப்பேன். சத்தமும் அசைவுமில்லாத, அமைதியும் மகிழ்ச்சியும் நிறைந்த இந்த இருண்ட நீர்ப்பரப்பு உண்ணியைச் சுற்றிலும் பரந்து கிடந்தது. உண்ணியின் உதடுகளில் ஒரு புன்னகை மீண்டும் மெல்ல எழுந்தது.

அம்மா வந்து புன்னகைக்கும் அவ்வுதடுகளில் ஒரு முத்தம் தந்து, அவனைத் தூக்கிக்கொண்டுபோய் சென்று சூடான தோசை வைக்கப்பட்ட பெஞ்சில் உட்கார வைத்தாள். திடுக்கிட்டெழுந்த உண்ணி சுற்றிலும் பார்த்தான். அம்மா அவனுக்கு முன் நின்று சிரித்தாள்.

உண்ணி யோசிக்கத் தொடங்கினான், தோசைக்கு மாவரைத்தது யார்?"

காதலின் நிழல்

மேற்கில் மாலை ஒரு தீபம் போல ஜொலித்தது. கீழ்த்திசை முழுவதும் நிறங்கள் ஒரு நதிபோல கலங்கிக் கவிழ்ந்திருந்தன. அது அந்த இளைஞன் பயணத்தைத் தொடங்கிய போதிருந்த காட்சி. சிறிது நேரத்திற்குள் நிறங்கள் மறைந்து தாமதமின்றி ஒரு சுழல் காற்றுபோலப் படர்ந்தது. மேகங்களை இருள் இடித்தது. மாலை, இரவுக்குள் கரைந்தது. முன்பே போடப்பட்டிருந்த தெரு விளக்குகள் இப்போது அதிக வெளிச்சத்துடன் எரிந்தன. மாலையில் தனியாக நடந்துசென்ற இளைஞன் சில புத்தகங்களை மார்போடு சேர்த்துப் பிடித்திருந்தான். தெருவிளக்குகளுக்கிடையில் அவனுடைய நிழல் நீண்டும், சுருங்கியும் அவனைப் பின் தொடர்ந்தது. அவன் மெதுவாகப் பாதையின் ஒருபுறம் வளர்ந்திருந்த கள்ளிச் செடிகளுக்கும் படர்ந்திருந்த பயனற்ற மரங்களுக்கும் இடையில் மறைந்திருக்கும் ஒரு குளத்திற்கும் அருகில் வந்தான்.

பாதையிலிருந்து கள்ளிவேலியின் ஒரு விரிசலின் வழியாகக் கடந்து அவன் மரங்களுக்குக் கீழே குளக்கரையை அடைந்தான். குளத்தின் உடைந்த கருங்கல் சுவரில்

இருட்டில் ஒரு பசு அசையாமல் நின்று கொண்டிருந்தது. தனிப்பட்ட காரணமொன்றும் இல்லாமல், மனதில் குறிப்பாக எதையும் நினைக்காமல் குளக்கரையில் நின்றான். இந்தக் குளம் எப்போதும் அவனுக்கு ஒரு அற்புதமாகவே இருந்தது. வெளிச்சம் வாரித் தேய்த்து செல்லும்படியான அலறும் நகரத்தின் நடுவில் இருட்டைப் போர்த்திக்கொண்டு ஒளிந்திருக்கும் ஒரு குளம். எப்போதாவது ஒருவன் நடக்கும் ஒற்றையடிப் பாதையில் ஒருபுறம் மரக்கூட்டங்களுக் கிடையில் நகரத்தின் மின்விளக்குகள் ஒளிர, வாகனங்களின் இரைச்சலும்.

தொலைவில் ஒரு தொழிற்சாலையில் சங்கு ஒலித்தது. சுற்றிலும் ஆகாயத்தில் நகரத்தின் வெளிச்சம் மங்கலாக எரிந்தது. குளிர் காற்று இடையிடையே வீசியது. குளக்கரையின் இருட்டில் நின்று அவன் தனக்கு மட்டும் புரியும் மொழியில் தனக்குள்ளே பேசிக் கொண்டான். துக்கம் கொண்டவளான மாலை எங்கே மறைவாள்? அதற்கான பதிலையும் அவனே தந்தான். இந்தக் குளத்தில், இந்த மரக்களுக்கிடையில், இந்தத் தனிமையிலிருக்கும் பசுவுடன். அவன் பசுவிடம் கேட்டான். ஏன் நீ இங்கே அடைக்கலம் ஆகியிருக்கிறாய்? திடீரென வெட்கம் அவனைப் பிடித்து உலுக்கியது. பிறகு தான், தானல்ல என்ற ஒரு உண்மையை உணர்ந்து தனியனானான்.

தன் இயல்பற்றவனாகக் குளத்து நீரில் ஒளிரும் நட்சத்திரங்களைப் பார்த்தபோது, தான் செய்யத் துணிந்து இறங்கியுள்ள செயலைப் பற்றிய நினைவு வந்தது. அவன் பாதையை நோக்கி நடந்தான். பார்க்கப் போகும் பெண்ணைப் பற்றி யோசிக்கத் தொடங்கியபடி முன்னால் நடந்தான். மாலைநேரம் இனிமையாக, காற்று சுகந்தமாக கண்ணிற்குக் குளிர்ச்சியாகவும் தோன்றியது. அவள் என்னுடையவள். என்னுடையவள் மட்டும்.

லஷ்மி, உனக்கு என் காதல் புரியாது. என் மனதின் ரகசியம் அது. என் பிரியமான ரகசியம். உன்னிடம் மட்டுமே சொல்லக்கூடியது. அவன் மனம் காதலின் மகிழ்வில் குளிர்ந்திருந்தது. 'என் காதல் என் காதல்' என்று தனக்குத்தானே சொல்லிக்கொண்டே அவன் நடந்தான். எவ்வளவு நாட்களாக நான் காத்திருக்கிறேன். எவ்வளவு நாட்களாக என் மனதின் வேலிகளுக்குப் பின்னால் கண்களை மூடி உட்கார்ந்தபடி உன்னைக் காதலிக்கிறேன்.

தன் மொழியின் அன்னியத் தன்மையை அவன் மீண்டும் உணர்ந்தான். 'என்னைச் சிறையிலிருந்து வெளியே கொண்டுவா. இந்த கட்டுக்களிலிருந்து உன் கட்டுக்குள் என்னைக் கொண்டு செல். உன் வலைப்பின்னலுக்குள் என்னைச் சிறைப்படுத்து. உன்னிலிருந்து என்னை விடுவிக்காதே! விடுவிக்காதே! உன் சிறையிலேயே நான் இறந்து விடுகிறேன்.' இத்துடன் வார்த்தைகளின் மதிப்பிழந்து அவன் தனக்குள்ளேயே ஒரு அன்னியனாக மாறினான். ஒரு நிமிடம்வரை வார்த்தைகள் ஏதும் வரவில்லை. அவன், தன் இதயத்துடிப்பின் ஒலியைக் கேட்டபடியே நடந்தான். திடீரென அவன் திடுக்கிட்டான். வார்த்தைகள் ஒரு நீர்வீழ்ச்சி போல ஒழுகியது. கூடவே அவனுடைய பாதங்கள் மிகவேகமாக நடந்தன.

நான் நிறைய நாட்கள் அமைதியாக இருந்து விட்டேனோ? அவளுடைய மனதினைச் சென்றடையாத காதலின் அர்த்தம் என்ன? என் மனசில் என் காதல் அமைதியாய்ப் பதுங்கியிருப்பது எதற்காக? மடையன். மடையன். மனதைப் பிய்த்தெறியத் தோன்றியது அவனுக்கு. இதயத்தைக் கசக்கிப் பிழியத் தோன்றியது. அழுது புலம்பட்டும். கூக்குரலிடட்டும். வேதனையில் துடிக்கட்டும். அப்படிச் சப்தம் உயரட்டும். வேதனையின் நிறைவில் பயம் இறங்கி ஓடட்டும். பயப்படும் காதல்தான் என்னுடையது. பயப்படும் காதல். பயத்தால் நிறைந்த காதல். இறுதியில் வீழ்ச்சிதான். தன் வார்த்தைகளில் பலனின்மை அவனை விஷம்போல் தீண்டியது.

காதல் என் மனதில் மட்டும். அவன் கதறி அழுதான். என் மனதில் மட்டுமே. பயச் சாத்தான்கள் சாபங்களை விதைத்தபடி அவனுள் படர்ந்து இறங்கின. அவன் இதயம் வாளால் வெட்டப்பட்டதுபோலத் துக்கத்தால் இரண்டாகப் பிளந்தது. அவன் சலனமற்று ஒரு மின்கம்பத்தைப் பிடித்தபடி குனிந்து நின்றான். இறகுகள் தீய்ந்துபோன ஈசல்கள் அவனைச் சுற்றிலும் பதறியபடி குளிர்மண்ணில் விழுந்து துடித்தன. சிறிது நேரத்திற்குப் பிறகு அவன் ஒரு பொம்மையைப் போலப் பயணத்தைத் தொடர்ந்தான். நிலவு உதித்திருந்தது.

வேசிகள் வசிக்கும் பழைய இரண்டடுக்குக் கட்டிடத்தின் முன்பாக நடந்து அவன் முக்கியச் சாலைக்கு வந்தான். விளக்குகளின் வெளிச்சத்தில் சுற்றிலும் அவசரகதியில் ஓடிக்கொண்டிருந்த வாழ்க்கையைக் கவனிக்காமல் அவன் தன்னுடையவளின் வீட்டின் முன்னால் நின்றான். கேட்டிற்கு முன்னால் படர்ந்திருந்த செடிகளுக்குக் கீழே நின்றுகொண்டான். கேட் திறக்கத் தொடங்கியபோது அவளுடைய சகோதரன் முன்னால் நகர்ந்து வந்தான். இளைஞன் நடுக்கத்துடன் கையைப் பின்னால் இழுத்துக் கொண்டான்.

“என்ன?” இருட்டில் நின்றவன் கேட்டான்.

“நான் இந்தப் புத்தகங்களைக் கொண்டுவந்தேன். லஷ்மி கேட்டிருந்தாள்.”

“லஷ்மி இங்கேயில்லை.”

‘‘ஆனா, நான் ஏழு மணிக்கு வருவேன்னு சொல்லியிருந்தேன்.’’ இளைஞன் ஏமாற்றத்துடன் சொன்னான்.

“எனக்குத் தெரியாது. புத்தகங்களைத் தந்தால் அவளிடம் கொடுத்து விடுகிறேன்”

அவன் ஜன்னலின் வழியாக வீழ்ந்த வெளிச்சத்தில் நகர்ந்து நின்று கைநீட்டினான். அவன் முகத்தில் அர்த்தமற்ற ஒரு புன்னகை இருந்தது. இளைஞன் புத்தகங்களை அவன் கையில் கொடுத்தான். அப்போது ஜன்னல் திரைக்குப் பின்னால் யாரோ நிற்பதாக அவனுக்குத் தோன்றியது. மறுபடி ஜன்னலைப் பார்க்க அவனுக்குத் தைரியம் வரவில்லை. அவன் சந்தேகித்தான். என்னைப் பார்க்கக்கூடாது என்று நினைத்து வீட்டில் அடைத்து வைக்கப்பட்டிருக்கலாம். கூடவே மகிழ்ச்சியும் தோன்றியது. புத்தகங்களைக் கொடுத்துவிட்டு அவன் தெருவை நோக்கி நடந்தான். சகோதரன் புத்தகங்களுடன் உள்ளே சென்று கதவைத் தாழிட்டான். எதையோ நினைத்த இளைஞன் அமைதியாக பின்னால் நகர்ந்து கேட்டின் தூணுக்குப் பின்னால் மறைந்து நின்றான். தலைக்குமேல் செடிகளுக்கிடையில் மின்மினிப் பூச்சிகள் ஜொலித்தன. மறைந்திருந்து அவன், தான் தேடி வந்தவளின் குரலைக் கேட்டான்.

“போயிட்டானா?”

சகோதரன் சிரித்துக்கொண்டே சொல்வதை அவன் கேட்டான். “போயிட்டான்.”

“லூசு” லஷ்மி அதிர்ந்து சிரிப்பதை இளைஞன் கேட்டான்.

அவன் தூணுக்குப் பின்னால் ஒரு நிமிடம், உள்ளே எரியும் காதலுடன் நின்றான். அடுத்த நிமிடம் தெருவில் இறங்கினான். தெரு வெளிச்சத்தின் வழியாக சிறுசிறு தேம்பல்களுடன் பைத்தியக்காரனைப் போல ஓடினான். வழிபோக்கர்கள் சிலர் திரும்பிப் பார்த்தனர். மூச்சிரைத்தபடியே குளக்கரையை வந்தடைந்தான். அங்கே ஒரு உடைந்த பாதையில் நின்றுகொண்டு தற்கொலையைப் பற்றிச் சிந்தித்தான். குளத்தில் விழுந்து சாவதைப் பற்றி யோசித்துக்கொண்டே அவன் வெகுநேரம் அங்கே இருட்டையே பார்த்துக் கொண்டிருந்தான்.

அவன் முன்னர் பார்த்த பசு அங்கேயே நின்று கொண்டிருந்தது. சிறிது நேரம் சென்றவுடன் அது கருங்கல் படிகளில் இறங்கி தண்ணீரைக் குடித்துவிட்டு மெதுவாக அசை போட்டபடியே புல்தரையில் வந்து படுத்தது. அவன் அதற்கருகில் சென்று அமர்ந்து அதன் கன்னத்தைச் சொறிந்தபடியே என்னவெல்லாமோ சொன்னான். சற்று நேரம் சென்றபின் அவன் மரத்தின் ஓர் இலையைக் கடித்து மென்றுகொண்டே வெளியேறி மண்பாதைக்கு வந்து தெளிவான மனதுடன் தன் நிழலுடன் இணைந்து நடந்தான்.

நமக்கு வசிக்க முந்திரித்தோப்புகள்

"ராதாகிருஷ்ணா, கொஞ்சம் அவசரமா என் ஆபீஸ்க்கு வந்திட்டுப் போறியா? ரொம்ப முக்கியமான ஒரு விஷயம்"

சந்தீபனின் குரல் தொலைபேசியிலும் லேசாக நடுங்கியது.

டெல்லியில் அவன் பிரபலமானவன் மட்டுமல்ல, அதிகாரம் நிறைந்தவன். அவனைத் தெரியாதவர்கள் இங்கு யாருமில்லை. ஆனால் எப்போதும் எதற்கும் அவனுக்கு நான் வேண்டும். அதை உள்ளூர நான் விரும்பவும் செய்தேன்.

"என்ன விஷயம் அவ்வளவு அவசரம்?"

"போன்ல சொல்ல முடியாதுடா, நேர்ல வா" குரலில் தெறித்த பதட்டம் உணர்ந்தேன்.

அலுவலக நேரத்திற்குச் சற்று முன்னமே அங்கிருந்து வெளியேறி கன்னாட்பிளேசில் இருக்கும் அவன் அலுவலகம் சென்றேன்.

அவனுடைய ரிசப்ஷனிஸ்ட், ப்யூன், செக்ரட்டரி என்று எல்லோருக்கும் என்னையும், எங்கள் நட்பையும் தெரியும். அதனால் மற்றவர்களைப் போல வரவேற்பறையில் காத்திருக்கத் தேவையில்லை. அவனுக்காக நெடுநேரம் காத்திருக்கும் பல பெரிய மனிதர்களிடையே நுழைந்து நான் மட்டும் கம்பீரமாக நடந்து போனேன்.

மல்லப்பள்ளி செயின்ட் மரியாள் பள்ளியில் நாங்களிருவரும் ஒன்னாம் வகுப்பிலிருந்து ஒரே பெஞ்ச்சில் உட்கார்ந்து படித்து வந்தவர்கள் என்பது அவர்களுக்குத் தெரியாது. வாழ்வின் சுழற்சியில் அவன் இத்தனை பெரிய மனிதனாகவும் நான் அலுவலக குமாஸ்தாவாகவும் ஆக முடிந்தது.

சந்தீபனின் அலுவலக அறை ஒரு கால்பந்தாட்ட மைதானம் போல் விரிந்திருந்தது. தரையில் விரிக்கப்பட்ட கம்பளம் கால்களின் நடையை இதமாக்கியது. அப்படியும் அவன் இருக்கையை அடைய நேரம் எடுத்தது.

'இதெல்லாம்தானேடா நம் டெக்னிக்ஸ். ஷோ காமிக்காம இங்க ஒன்னுமில்ல' என்பான் எப்போதும்.

'இனி பத்து நிமிஷத்துக்கு போனை கனெக்ட் பண்ணாதே, விசிட்டர்ஸ் இருந்தா வெயிட் பண்ணச் சொல்லு' என்று தன் செகரட்டரிக்கு இன்டர்காமில் ஆணையிட்டான்.

மெல்ல என் பக்கம் திரும்பி,

'ராதாகிருஷ்ணா, மாதுரிக்கு முறை தவறிப் போயிடிச்சிடா, எனக்கு எல்லாமே ரொம்ப குழப்பமா இருக்கு' என வார்த்தைகளில் தடுமாறினான்.

மாதுரி அவன் காதலிகளில் ஒருத்தியெனத் தெரியும்.

'என்ன முறை தவறிடுச்சி?' உண்மையிலேயே புரியாமல்தான் கேட்டேன்.

‘டேய், தரித்திரமே, மாதமுறைடா, அவ கர்ப்பமாயிட்டா’

‘ஓ...!’

‘என்னடா இப்படி இதை சாதாரணமா எடுத்துக்கற’

‘கர்ப்பமானா ஆகட்டும், அதுல என்ன பிரச்னை, இதுல இதுக்கு மேல எனக்கு எதுவும் தெரியல.’

சந்தீபனுக்குக் கோபம் வந்தது.

‘டே, உன்னைப் பொறந்தப்பவே கொன்னிருக்கனுன்டா, அவளுக்கும் எனக்கும் காதல்தான்டா இருக்கு, அவ எப்படி கர்ப்பமாக முடியும், குழந்தை பெத்துக்க முடியும்? உனக்கும் லௌகீக வாழ்க்கைக்கும் ஏதாவது தொடர்பிருக்காடா? இதுவரையிலும் ஏதாவது பெண்ணைத் தொட்டிருக்கியா?’

‘தொட்டிருக்கேன். என் அம்மாவ’

‘ஓ’ என்று முகம் வியந்து அவன் ஒரு சிகரெட்டைப் பற்ற வைத்தான்.

‘இப்ப உடனே மாதுரிக்கு அபார்ஷன் பண்ணணும், அதை நான் ஏற்பாடு பண்ணிட்டேன். கரோல்பாகில் உள்ள ஒரு லேடி டாக்டரோட ரெசிடென்சில வச்சு. என்னால அங்க தனியாப் போக முடியாது. நீ எங்ககூட வரணும். இவ்வளவும் அரேஞ்ச் பண்ணாலும் மாதுரி அழுதுகிட்டேதான் இருக்கா! அவளுக்கு இந்தக் கொழந்த வேணுங்கிறா’

‘நீ அவள காதலிக்கும்போதே இதெல்லாம் யோசிச்சிருக்கணும். பின்ன அவளுக்கு அவ குழந்தை மேல ஆசையிருக்காதா?’

அவன் பிடித்துக் கொண்டிருந்த சிகரெட்டை எதிரிலிருந்த ஆஷ்ட்ரேயில் ஒரு புழுவைப்போல அழுத்தித் திருகினான்.

‘ராதாகிருஷ்ணா,நான் இன்னும் ரெண்டு மூனு பேரைப் பாக்க வேண்டியிருக்கு. நீ ஒரு சுத்து சுத்திட்டு வா, நான்

அதுக்குள்ள ரெடியாயிடுறேன். லேட்டா வந்து என்னை ஏமாத்திடாத'

'ஓ.கே'

நான் அருகிலிருந்த சென்ட்ரல் பார்க்கிற்கு நடந்து சென்று அங்கிருந்த ஒரு பெருமரத்தடியில் சாய்ந்துகொண்டு, போய்க் கொண்டும் வந்து கொண்டுமிருந்த மனிதர்களைப் பார்த்துக் கொண்டிருந்தேன்.

அந்த பார்க்கில் அணில்கள் விளையாடிக் கொண்டிருந்ததையும், காக்கைகள் கூட்டில் அடைவதையும் கவனித்தேன். ஆகாயத்தில் பெயர் தெரியாத பறவைக் கூட்டங்கள் கடப்பதைப் பார்த்துச் சில்லிட்டேன்.

பரந்திருந்த அப்புல்வெளியில் அப்படியே மல்லாந்து படுத்து ஆகாயத்தையும் நிலவையும் பார்த்தேன். நிலவின் தூசிப் படலத்தினூடே உதித்துயரும் பூமியைப் பார்த்தபடியே நடக்க வேண்டுமென ஒரு நிமிடம் தோன்றியது. அதை அப்படியே நிறுத்தி மணி பார்த்தபோது அது இரவு எட்டைக் கடந்திருந்தது.

என்னைக் காணாத பதைப்பில் சந்தீபன் அவன் காருக்கருகில் நின்று சுற்றுமுற்றும் பார்த்துக் கொண்டிருக்கையில்,

'என்னடா, நான் வராமப் போயிடுவேன்னு பயந்திட்டியா?' எனக் கேட்டுக் கொண்டே அவனைச் சமீபித்தேன்.

அரண்மனை போன்ற அந்தப் புதுரகக் காரைப் பார்த்து வியந்து, 'இது என்ன காரு? புதுசா இருக்கே' என விசாரித்தேன்.

'டேய், காரப் பத்திக் கேக்க இதுவாடா நேரம், மாதுரி டாக்டர் வீட்ல ரொம்ப நேரமா நமக்காகக் காத்திருக்கா. என் மனப் பதட்டம் உனக்குப் புரியலையாடா, நாம பின்பக்கமா நுழைஞ்சு டாக்டர் வீட்டுக்குள்ள போயிடலாம்'

'டேய், அபார்ஷன் பண்ணப் போறது உனக்கா? அவளுக்கா? அப்புறம் ஏண்டா இப்படி பதைக்கற? பணச்செலவு பயமுறுத்துதா?'

'பணம் என்னடா பணம். அது எவ்வளவானாலும் பரவாயில்லை. ஆனா உள்ளுக்குள்ள ஏற்படற பயமும்,நடுக்கமும் என்னால முடியலடா ராதாகிருஷ்ணா'

நான் அமைதியாயிருந்தேன்.

டாக்டர் வீட்டுக்கு ரொம்பத் தள்ளியே காரை நிறுத்திவிட்டு இருளை ஒட்டி நடந்தோம். அப்படியும் நான்கைந்து பேர் சந்தீபனைத் திரும்பிப் பார்த்தபடியே போனார்கள்.

'இவங்களெல்லாம் எதுக்குடா இப்படிப் பாக்குறாங்க?'

'நீ பிரபலமாவதற்கு முன்ன இதையெல்லாம் யோசிச்சிருக்கணும்'

எங்களைப் பின்வாசல் வழியே ஒருவன் டாக்டர் வீட்டிற்குள் அழைத்துப் போனான். அந்த அறைக்குள் நுழைந்ததும் இருவருமே திடுக்கிட்டோம்.அந்த லேடி டாக்டரோடு அவள் கணவன், குழந்தைகள் மட்டுமின்றி அக்கம் பக்கத்து வீடுகளிலிருந்து பத்துக்கும் மேற்பட்டவர்கள் சந்தீபனை வரவேற்றார்கள். அந்தப் பரபரப்பினூடே ஒரு குழந்தை முன்னால் வந்து சந்தீபனிடம் ஒரு ரோஜாப்பூவை நீட்டினாள்.

அவன் முகம் பயத்தால் வெளிறியிருந்தது. ஆனாலும் அதை உள்ளுக்குள் மறைத்துக்கொண்டு கையில் ரோஜாப்பூவுடன் நின்றிருந்தது, பார்க்கப் பரிதாபமாயிருந்தது. சூழலறியாமல் இன்னொரு குழந்தை கையில் ஆட்டோகிராப் நோட்டுடன் அவனை நெருங்கியது. மற்ற எல்லோரும் அவனிடம் கைகுலுக்கி நலம் விசாரித்தனர்.

உள் கதவைத் திறந்தபடி ஒரு நர்ஸ், அந்த லேடி டாக்டரை அழைத்தாள். டாக்டர் அவளிடம் காதைக் கொடுத்தபடி,

'ஓ.கே. நாம இனி நேரத்த வீணாக்க வேணாம். ப்ளீஸ் எக்ஸ்கியூஸ் அஸ்' என அவளின் அழகான ஆங்கில உச்சரிப்புக்கு மற்றவர்கள் அங்கிருந்து நகர்ந்தனர்.

'டோன்ட் ஒர்ரி, அபார்ஷன்றது இப்பல்லாம் ரொம்ப சகஜம்' என சந்தீபனின் முதுகில் ஆதரவாகத் தட்டினார்.

பிறகு நாங்கள் மூவரும் அவ்வறைக்குள் நுழைந்தோம். அக்குளிர்ந்த அறையில் நீண்ட மேஜையின்மேல், ஓரிரண்டு ஸ்பாட் லைட் வெளிச்சத்திற்குக் கீழ் மாதுரி அங்கியுடன் படுத்திருந்தாள். ஒரு தொலைக்காட்சித் தொடரின் படப்பிடிப்பு போல் அக்காட்சிப் படிமம் என்னுள் உறைந்தது.

எங்களைப் பார்த்ததும் அவள் குலுங்கிக் குலுங்கி அழத் தொடங்கினாள். அதில் அதிர்வுற்ற சந்தீபன் அக்கதவருகில் அசையாமல் நின்றான்.

'போங்க, போங்க, பக்கத்தில போங்க. ஒரு பிரச்னையும் இல்ல' டாக்டர் சொன்னார்.

ஆப்ரேஷன் டேபிளின் மீதிருந்த மரியாதை நிமித்தம் சந்தீபன் தயங்குவதாக நினைத்த அந்த லேடி டாக்டர்,

'ஒண்ணுமில்ல சந்தீபன், ஷி ஈஸ் எமோஷனல், தட்ஸ் ஆல். பக்கத்துல போங்க' என அவனைத் துரிதப்படுத்தினார்.

அவன் நடுங்கும் கையால் என் தோள்களைப் பற்றினான். மாதுரியால் என்னையும் அவனையும் சரியாய்ப் பார்க்க முடியாமல் தேம்பியபடி,

'சந்தீபா சந்தீபா' எனப் பிதற்றினாள்.

சூழலின் கணம் தாள முடியாவிட்டாலும்கூட நான், 'கிட்டப் போயி ஆறுதலா ஏதாவது பேசுடா' என எனக்கே இரகசியமான குரலில் சொன்னேன்.

‘கூட யாரு, ராதாவா?’ என என்னை அடையாளம் கண்டு நகர நாகரிகத்தின்படி பெயர் சுருக்கிக் கேட்டாள்.

என்மீது ஏதோ அடி விழுந்த வலியில், ‘ஆமாம்’ என்றேன். அருகில் நின்ற சந்தீபனை முன்னுக்குத் தள்ளிவிட்டேன். அவன் அணிவகுத்துச் செல்லும் படைவீரனை மாதிரி ஆப்ரேஷன் மேஜை நோக்கி நகர்ந்தான்.

மாதுரியை நோக்கி அவன் கைகள் ஒரு மெஷின் மாதிரி நீண்டது. அவள் ஆதரவாய் அதைப் பற்றிய அடுத்த நிமிடம் ஒரு கைக்குலுக்கலுடன் அதிலிருந்து தன் கையை விடுவித்துக் கொண்டான்.

ஒரு மிலிட்டரிக்காரனைப் போலவே திரும்பி நடந்து கதவைத் திறந்து வெளியேறினான். நானும் அவனைப் பின் தொடர்ந்தேன்.

‘எல்லாம் முடிஞ்சதும் கூப்பிடறேன்’ என்ற அந்த லேடி டாக்டரின் குரல் எங்கள் முதுகுக்குப் பின் ஒலித்தது.

காலியாய்க் கிடந்த வரவேற்பறை சோபாக்களில் நானும் சந்தீபனும் தனித்தனியே அமர்ந்தோம். யாருக்கும் பேச எதுவுமற்றது போல அவ்வரவேற்பறை மௌனத்தால் உறைந்திருந்தது. ஒரு பிணம் மாதிரி உட்கார்ந்திருந்த அவனைப் பார்க்கச் சகிக்கவில்லை எனக்கு. ஓரிரு முறை புகைக்கவென எடுத்த சிகரெட்டை புகைக்காமலேயே வைத்துக் கொண்டான்.

உள்ளறையிலிருந்து ஓரிரு முறை சின்னச் சின்ன கேவல்கள் கேட்ட மாதிரியிருந்தது. அப்போதெல்லாம் அவன் என்னைப் பயத்துடன் ஏறெடுத்தான். ஒரு தெளிவான சத்தமான கூக்குரலை நாங்களிருவரும் சேர்ந்து கேட்டோம்.

சட்டென எழுந்து அவனருகில் நான் சென்றேன். ‘ராதாகிருஷ்ணா, நீ இங்கேயே உட்காரு. தோ வந்திடறேன்’ என்ற அவன் வார்த்தைகளை இடைமறித்து,

‘டேய் வேணான்டா, இப்ப நீ தண்ணி அடிக்காம இருக்கறதுதான் நல்லது. நீ இப்ப இருக்கற நெலமையில குடிச்சிட்டு அப்படியே எங்கயாச்சும் போயிட்டா, என்னால இத தனியா சமாளிக்க முடியாது. சொன்னாக் கேளு, எங்கயும் போகாத’

மீண்டும் சோபாவில் சரிந்தான். நன்றாகச் சாய்ந்து கண்களை மூடி தியானிப்பது மாதிரியிருந்தான். நான் என்ன செய்வதெனத் தெரியாமல் அங்கிருந்த கண்ணாடி அலமாரியில் தெரிந்த மருத்துவ நூல்களின் பெயர்களைப் படித்துக் கொண்டிருந்தேன். அதிலும் மனம் லயிக்காமல் அங்கு கிடந்த பழைய கிழிந்துபோன சினிமாப் பத்திரிகையை எடுத்துப் புரட்ட ஆரம்பித்தேன். அதன் கடைசிப் பக்கத்துக்கு நான் வந்தபோது உள்ளறை கதவு திறந்து வேர்க்கும் உடலோடு அந்த லேடி டாக்டர் வெளியே வந்தாள்.

இன்னமும் சந்தீபன் கண்களை மூடியபடியே உட்கார்ந்திருந்தான். நான் அவனை உலுக்கி அழைத்தேன். டாக்டர் கை அசைவு புரிந்து அவன் உள்ளே நுழைந்தான். அடுத்த விநாடி உள்ளிருந்து நீண்ட விசும்பல்கள் கேட்டன.

போன சில நிமிடங்களில் சந்தீபன் வெளியே வந்தான். வேறெப்போதும் இல்லாத அளவுக்கு மனத்துயரத்தில் இருக்கிறான் என்பது அவன் முகத்தில் தெரிந்தது. என்னை இன்னும் நெருக்கமாய்ச் சமீபித்து,

‘ராதாகிருஷ்ணா, இதுக்கு மேல ஹாஸ்டலுக்குப் போக முடியாதுன்னு மாதுரி அழறா. அதில்லாம இன்னக்கி ராத்திரி அவளோட இருக்கணுன்னு அடம் பிடிக்கறா. எனக்கு என்ன பண்றதுன்னே புரியலை, நீ வேணா அவகிட்ட ஒரு தடவை பேசிப் பாக்கறயா?’

நான் கொஞ்சம் யோசித்து,

‘சந்தீபா, நீ ஒரு நல்ல ஹோட்டல்ல ரூம் போடு. இன்னைக்கு ராத்திரி அவளைக் கொஞ்சம் ஆறுதல் படுத்தி, தேத்தி நாளை காலைல அவ ஹாஸ்டல்ல கொண்டுபோய் விட்டுடு’

‘ஹோட்டலில் ரூமா?’ அவன் லேசாக அதிர்ந்தான்.

‘நீ அதுக்கு மட்டும் விதவிதமான ஹோட்டல் அறையா தேடல. இப்போ இதுக்கு நல்ல ஒரு ரூம் போட்றா’

‘சே, அதில்லடா, அவகூட இப்ப இருக்கவே எனக்குப் புடிக்கலை. என்னைப் புரிஞ்சுக்கோ’

‘என்னடா பயம்? அவ உன்னை ஏதாச்சும் செஞ்சுடுவான்னு பயப்படுறியா? இல்லை இப்ப நீங்க கலைச்சீங்களே அந்தக் குழந்தை… அதோட ஆவி வந்து உன்னைப் புடுச்சுக்கும்னு பயப்படுறியா? அதெல்லாம் ஒன்னும் ஆகாதுடா, ரெண்டு பேரும் கட்டிப்பிடிச்சி படுத்துக்குங்க. அவளோட வெதுவெதுப்பான கண்ணீர்த் துளி ரெண்டு மூனு சொட்டு உன் முதுகிலப் படும். அவ்ளோதான், எல்லாத்தையும் மறந்துடலாம்’

‘அவளைக் கட்டிப் புடிக்கறத விட்றா. அவளப் பாக்கவே தோணலைன்றேன். எப்படி ஒரு ராத்திரி முழுக்க அவ கூட இருக்க முடியும்?’ என அவன் தலையில் அடித்துக் கொண்டான். கொஞ்ச நேர யோசனைக்குப் பிறகு,

‘நீயும் எங்ககூட வா’ என்றான்.

‘எங்க?’

‘ரூமுக்கு. கொஞ்ச நேரம் எங்களோட இரு. அப்புறம் நீ போயிடலாம். ஆனா நீயும் வரணும்’

எனக்குச் சத்தம் போட்டுச் சிரிக்கணும் போலிருந்தது.

‘டேய், இதுவரைக்கும் ஒரு பெண்ணோட நான் தூங்கினதில்ல. இப்ப உங்க ரெண்டு பேருக்கும் இடையில

நான் எதுக்கு? நான் என் ரூமுக்குப் போய், 'நமக்கு வசிக்க முந்திரித் தோப்புகள்' படம் பாத்தாகணும்'

சந்தீபன் மிகுந்த கலக்கமுற்றது அவன் முகத்தில் தெரிந்தது. நானே எதிர்பார்க்காமல்,

'டே உன் கால்ல வேணா விழறேன்டா. என்னைத் தனியா விட்டுட்டுப் போயிராத' என்றான்.

'சரி உன் இஷ்டம்'

பிறகு அவன் துரிதமாய் இயங்கினான். ஹோட்டலுக்கு போன் பண்ணி அறை சொன்னான். அந்த ஹோட்டலின் பேரைக் கேட்டதுமே 'மூவாயிரம் போயிடுச்சே' என என் குமஸ்தா மனம் பதறியது. அபார்ஷனுக்கு எப்படியும் ஒரு இருபத்தஞ்சாயிரம் ஆயிருக்கும். அவளுக்கு ஏதாவது வாங்கிக் கொடுத்து ஆறுதல்படுத்த ஒரு பத்து. எப்படிப் பாத்தாலும் இன்னைக்கு நாப்பது அம்பது காலி. இதுக்கெல்லாம் காரணம் வெறுமனே காதலா?

அடுத்த காட்சிகளை சந்தீபன் எனக்கு நுட்பமாய் விவரித்தான்.

'நாங்க ரூம் புக் பண்ணும்போது நீ லாபியில் வெயிட் பண்ணு. லிப்டில எங்களோட யாரோ மாதிரி சேந்துக்க, ரூம்பாய் போனவுடனே நீ ரூமுக்குள்ள வந்துடு. ஏதாவது சொதப்பிடாத'

'நான் என் மனசறிய இதுவரை எந்த மனிதர்களையும் ஏமாத்தினதில்ல'

அவன் மௌனமாய் இருந்தான். மாதுரி மிகுந்த துக்கத்தோடு சுவரைப் பிடித்தபடி நடந்து வந்தாள். மேக்கப்பை மீறி கறுத்த முகமும், கலங்கிய கண்களும் இம்சித்தன. ஒரு நர்ஸ் அவளுடைய சூட்கேசோடு வந்தாள்.

'சந்தீபா, நீ போய் அவளைத் தாங்கி நடடா'

அவன் விருப்பமற்று எங்கேயோ பார்த்தபடி நடந்து மாதுரியின் கைப்பிடித்து நடத்தினான். அவள் என் பக்கம் திரும்பி, 'ஹலோ ராதா' என்றாள் ஒரு செத்த வார்த்தையில்.

சந்தீபன் பின்பக்கமாகக் காரைக் கொண்டு வந்தான். மாதுரி அதில் ஏறி அமர்ந்து முடியாமல் படுத்துக் கொண்டாள். நான் முன்சீட்டில் உட்கார்ந்து கொண்டேன். யாரிடமும் பேசிக்கொள்ள சொற்களற்ற தருணமது.

எந்தப் பிரச்னையுமின்றி நாங்கள் மூவரும் ஹோட்டல் அறையை அடைந்தோம். சோபாக்கள் போட்டிருந்த வரவேற்பறைக்கு உள்ளடங்கி படுக்கையறை. மாதுரி கட்டிலில் ஏறி கவிழ்ந்து படுத்தாள். நான் அறைக்குள் வந்ததும் சந்தீபன் 'டூ நாட் டிஸ்டர்ப்' போர்டை மாட்டி கதவை அடைத்தான். அவசரமாய் விளக்குகள் அணைக்கப்பட்டன.

'என்னடா வெளயாட்டு இது. இந்த இருட்டுல நான் எப்படி தனியா இருப்பேன். டி.வி. கூட அந்த ரூம்லதான் இருக்கு. இங்க வராட்டி இந்நேரம் 'நமக்கு வசிக்க முந்திரித் தோப்புகள்' படம் பாத்துக்கிட்டு இருந்திருப்பேன்'

அவன் அமைதியாய் இருந்தான். திடீரென எழுந்தபடி, 'ராதாகிருஷ்ணா, எங்கயும் போயிடாத' என்றான்.

அவன் இருட்டில் என் காலை மிதித்தபடி தட்டுத் தடுமாறி படுக்கையை நோக்கிப் போனான். என் கால் வலித்தது. 'இத்தனை வலி நிறைந்ததா இந்தக் காதல்' நான் உள்ளூர நினைத்துக் கொண்டேன். இதிலெல்லாம் மாட்டிக்கொள்ளாத என் நிலைமையை எனக்குள் மெச்சினேன்.

படுக்கையறையிலிருந்து, சின்னச் சின்ன விசும்பல்களும் தேம்பல்களும், என்னால் புரிந்து கொள்ள முடியாத சத்தங்களும் ஒரு பிரளயம் போல வெளிவந்தது. இருட்டில்

அவை ஒவ்வொன்றும் தனித்தனி உருவமெடுத்து என்னை நோக்கி வருவதாக பயந்தேன்.

சந்தீபனின் ஆறுதல் வார்த்தைகளை மீறி மாதுரியின் அழுகை ஒலி உயர்கிறது. 'அழுகை பஞ்சாபிப் பெண்களின் தனித்துவம் போல'

மாதுரியின் கண்ணீர் பெருக்கெடுத்து அறையை மீறி வருவதாகப் பாவித்து என் இரு கால்களையும் எடுத்து டேபிளின் நடுவில் வைத்தேன். கொஞ்ச நேரத்திற்குப் பிறகு எல்லாம் தெளிவடைந்தது போலிருந்தது. மனித மற்றும் மிருக உருவங்கள் மிக அருகிலும் மிகத் தொலைவிலுமாகத் கண்ணுக்குத் தெரிந்தன.

என் காதுகளை நுட்பமாக்கினேன். உள்ளறையில் சாந்தம் நிலவியது. அவ்வறை நிசப்தத்தால் நிறைந்திருந்தது. நான் ஒரு பெருமூச்சு விட்டேன். அவ்வளவுதான். எல்லாம் நிறைந்தது மாதிரியிருந்தது. சந்தீபன் அவ்வறையிலிருந்து வெளியே வந்தால், அவனிடம் சொல்லிவிட்டுக் கிளம்பலாமென நினைத்த கணத்தில், என் தோளில் விழுந்த கைகள் என்னைத் திடுக்கிட வைத்தது. சந்தீபன் மிக ரகசியமான குரலில் 'ராதாகிருஷ்ணா, அவ தூங்கறா. கொஞ்ச நேரம் இங்க இரு, இப்ப வந்தர்ரேன்' என அவசரம் காட்டினான்.

'சந்தீபா, ஒரு ஸ்மாலை மீறாதே. நான் உனக்காக இங்க இருக்கறதையும் மறந்துடாத, நீ வந்தாலும் வராட்டாலும் முப்பத்தஞ்சாவது நிமிஷம் நான் போயிடுவேன்'

சரி என்ற வார்த்தையோடு அவன் இருட்டில் வெளியேறினான்.

நான் மேசையின் நடுவே கால்களை வைத்துக் கொண்டு, சோபாவில் நன்றாய் சாய்ந்து படுத்துக் கொண்டேன்.

இந்நேரம் 'நமக்கு வசிக்க முந்திரித் தோப்புகள்' முடிஞ்சிருக்கும்.

என் நினைவுகளை ஊடுருவி ‘ராதா’ என்ற மாதுரியின் குரல் உள்ளிருந்து என்னை அழைத்தது.

என்ன சொல்வதெனத் தெரியாமல் ‘ஹலோ’ என்றேன்.

‘கொஞ்சம் உள்ள வாங்க ராதா’

அவள் தூக்கத்தில் உளறுகிறாள் என நினைத்து நான் அசையாமல் உட்கார்ந்திருந்தேன்.

இப்போது மாதுரியின் குரல் தெளிவாகக் கேட்டது.

‘ராதா, உள்ள வாங்க’

என் உடல் நடுங்கியது. என்னவோ பிரச்னை அவளுக்கு. இந்த நேரம் பாத்து இவனும் தண்ணியடிக்கப் போயிட்டான். அந்த டாக்டர் நம்பரும் என்கிட்ட இல்ல.

நான் மெல்ல அவள் கட்டிலருகே போனேன். உள்ளூர என்னென்னமோ நினைத்தேன். அவ தற்கொலை பண்ணியிருப்பாளோ!

‘இங்க உக்காருங்க’ என்ற குரலின் வாஞ்சை நான் அதற்கு முன் கேட்டிராதது. ஸ்கிரீன் வழியே வழிந்த வெளிச்சத்தில் அவள் முகம் ஒரு வெண்பேரொளி மாதிரி ஜொலித்தது.

‘என்னை நல்லா கட்டிப்பிடிச்சுக்கோ ராதா’ என முனகினாள். என் வார்த்தைகள் தொண்டைக்குள் சிக்கிக் கொண்டன.

‘ப்ளீஸ் என்னைக் கட்டிப்புடி’ அவள் வார்த்தைகளை மீற முடியாமல் நான் கட்டிலை இன்னும் சமீபித்து அவளைக் கட்டிப் பிடித்தேன். உடன் அதிலிருந்து விடுபட்டு எழ முயன்றேன்.

‘ப்ளீஸ் வேணாம்’ என்று குழறினாள்.

‘என் முலைகளைத் தடவு’

என் கைகள் அவள் முலைகளின்மீது படர்ந்தது.

'என் அடிவயிற்றில் தடவு'

நான் அவ்விதமே செய்தேன்.

'இங்க' என என் கைகளைப் பற்றி அழுத்தினாள்.

அவள் கூந்தல் என் வாயிலும் அதிலிருந்து எழுந்த சுகந்த மணம் என் நாசியையும் நிறைந்தது.

'என் தொடையில் ரத்தப் பிசுபிசுப்பு இருக்கான்னு பாரு'

நான் தடவிப் பார்த்து,

'இல்லையே' என்றேன்.

'என் குழந்தையின் முகச்சாயல் யார் மாதிரி இருந்திருக்கும் ராதா?'

எனக்குள் பெருகிய பெரும் துக்கம் அடங்கி அப்படியே நின்றேன். என் கைகளை எடுத்து,

'என் கண்களைத் துடை ராதா'

நீரின் படிவில் குளிர்ந்து போயிருந்த அக்கண்களின் ஈரத்தை என் கரங்களால் துடைத்தேன்.

'உன் இதழ்களால் என் வாயை மூடு ராதா'

என் உதடுகளால் அவள் இதழ்களில் முத்தங்கள் பதித்தேன்.

'ரொம்ப தேங்ஸ் ராதா'

நானும் அதையே சொன்னபடி எழுந்து நின்றுகொண்டேன். அவள் தூங்க ஆரம்பித்தாள். அவள் முகம் நிம்மதியால் நிறைந்திருந்தது.

நான் திரும்பி வந்து வரவேற்பறை சோபாவில் சாய்ந்தபோது, சந்தீபன் மெதுவாக நுழைந்தான்.

மதுவாடை அவ்வறையை நிறைந்தது.

'சந்தீபா, அவளை எழுப்பாத. இங்கயே படு' என்றேன்.

‘சரி’ அவன் ‘ஷு’வைக் கழற்றினான்.

‘நாளைக்கு மறுபடி உன்னைக் கூப்பிடுவேன்’ என்றான்.

கால்காஜிக்கான கடைசி பஸ் கிடைத்தது. தூக்கமேறிய என் கண்களைக் கசக்கியபோது என் கைகளிலிருந்து ஒரு புது வாசனை என்னை நிறைத்தது.

திடுக்கிட்டு, யாரும் பார்த்துவிடாத முன் என் கைகளை என் பாண்ட் பாக்கெட்டுகளுக்குள் நுழைத்துக்கொண்டேன்.

சலாம் அமெரிக்கா

அமெரிக்காவில் நான் இருந்த காலம் நல்ல சுகமான காலம். கைப்பிடி வைத்த பெரிய பாட்டில்லதான் எப்பவுமே ஜானிவாக்கர் வரும். பாட்டில் பாட்டிலா எவ்ளோ ராயல் சல்யூட்டைக் குடிச்சு தீர்த்திருக்கிறேன்? இங்க கேரளாவுல இருக்கற கடுத்துருத்தி மரவள்ளிக்கிழங்குகூட, அங்க பதப்படுத்தி, பஞ்சாட்டம் சுருட்டப்பட்டு கெடச்சதுக்கு ஈடு வராது. இறைச்சில எத்தனை வகை இருக்கோ அவ்வளவும், என்ன நம்ம கொஞ்ஞுக்கும், செம்மீனுக்கும் மட்டும் கொஞ்சம் கூடுதல் விலை கொடுக்கணும். அதைத் தவிர்த்தா மத்த எல்லாமே உயர்ந்தரக ரஷ்ய மீனுங்க.

நான் காலையில தூக்கம் கலைஞ்சு கொஞ்சநேரம் கட்டிலேயே படுத்திருப்பேன், நிஜமா நான் எங்கேயிருக்கேன் என்று யோசித்தபடியே. எனக்கு எழுந்திருக்கவே தோணாது. அய்யோ, மச்சநாட்டு வயல்வரப்பில உக்காந்து தூண்டில் போட்டுக் கிட்டிருந்த அதே ஜோஸியா நான்? கடுத்துருத்தியின் சத்தம் ஒண்ணும் கேக்கமாட்டேங்குதே. நான் காதுகளைக் கூர்மைப் படுத்துவேன். வயலின் அக்கரையிலிருந்து மரம் வெட்டற பாக்கிரி கூவுற சத்தம் இல்ல?

பாத்திரம் தேய்க்க வர்ற ரோஸிலினாவா பாட்டை முணுமுணுக்கிறது? இல்ல. அம்மச்சி கெணத்தங்கரையில தண்ணி சேந்தற சத்தம் இல்ல. நான் இங்கே அமெரிக்கால தான இருக்கேன். நியூயார்க்கில. ஒரு பெரிய கட்டிடத்தோட மேல. அடக்கடவுளே, நான் இங்க என்ன செய்யறேன்? இங்கே ஒரு சத்தமில்லை. ப்ரிட்ஜோட ஒரு ரீங்காரம் மட்டுமிருக்கு. ஏர்கண்டீசனோட காத்து வர்ற ஒரு சின்ன ஏறச்சல் இருக்கோ? இருக்கு. பெரிய பெட்ரூமிலருக்கற டீவிலருந்துதானே ஏதோ சத்தம் வருது? அத யாரு ஆப் செய்யாம விட்டது? நானேதான். நேத்து பேஸ்பால் பாத்துக்கிட்டு இருந்து அப்படியே தூங்கிட்டேன். அப்புறம் எழுந்து வந்து குழந்தயோட தொட்டிலுக்குப் பக்கத்துல இருந்த இந்தக் கட்டில்ல வந்து படுத்துக்கிட்டேன். பேஸ்பால் பாக்கலன்னா யாராவது கேட்பாங்க, பாத்தியாடான்னு. அதுக்காகத்தான் பாக்கிறேன். ஆனா, எனக்கொன்னும் அது புரியல.

மம்முட்டி, நெடுமுடி, மோகன்லால் இவுங்க மொகமெல்லாம் மின்னி மறையறது மட்டும் பாத்தா போதும்னு தோணும் சில நேரம். இப்படி கொஞ்சநேரம் ஒக்காந்துட்டு அப்புறமா எழுந்து காப்பி போடுவேன். அதக் கொஞ்சம் குடிச்சிட்டு கக்கூஸ் போயி, பல்லையும் தேய்ச்சுட்டு வர்றதுக்குள்ள ஒருவேள கொழந்த எழுந்திருச்சுக்கும். அப்புறமா அவன எடுத்து நாப்கின் மாத்தி தொடச்சிட்டு டின்னு பால கரச்சு கொடுப்பேன். பெறகு அவன பிளே பென்ல விட்டுட்டு நான் ப்ரிட்ஜிலருந்து கொஞ்சம் வேகவச்ச கெழங்க எடுத்து நெறய வெங்காயம் மொளகா, தேங்காயெண்ண, கறிவேப்பில சேர்த்து நல்லா தொவட்டி வெச்சிடுவேன்.

ரெண்டு முட்டய வேக வச்சிடுவேன். கறிக்கொழம்ப பிரிட்ஜிலருந்து எடுத்து சூடு பண்ணுவேன். மீன் வறுத்தது ஏதாவது இருந்திச்சின்னா அதையும், கொஞ்சம் பிரெட்டையும் எடுத்துக்குவேன். அதை மேஜைமீது வச்சுட்டு ஒரு கிளாஸில்

டபிள் ஜானிவாக்கர் ஊத்துவேன். காலயில சோடா கலக்காம குடிக்கறதுதான் எனக்குப் புடிக்கும். வாயில கெடந்து ஜானி ஒரு பெரட்டு பெரட்டும், ஒரு கிறுகிறுப்ப உண்டாக்கிக்கிட்டு, அப்படி ரெண்டுவாட்டி எறங்கிச்சுன்னா என் நெஞ்சுக்குழி குளிந்திடும். வெறும் வயித்தில அது படியெறங்கறது போல எறங்கிப் போறது எனக்குத் தெரியும். நம்மகிட்ட இப்படியொரு விஸ்கி இருக்கா? என்னதான் சொன்னாலும் வெள்ளக்காரனுக்கு இதெல்லாம் ஒரு கொடுப்பினைதான். அதெல்லாம் முடிச்சு நான் குளிக்கறத்துக்குள்ள டெஸ்ஸி வர்றசத்தம் கேக்கும்.

அவ வெளியிலருந்து சாவி போட்டுக் கதவத் தெறக்கறதக் கேக்கலாம். கொழந்த அவளக் கூப்பிடறது கேக்கும். டெஸ்ஸி குழந்தைக்கு முத்தம் கொடுத்தபடியே பெட்ரூமுக்கு வருவதைக் கேக்கலாம். குழந்த அழற சத்தம் கேட்டால் எனக்குக் கொஞ்சம் கஷ்டமாயிடும். நான் வேகமா வாயைத் தொடச்சிக்கிட்டு வெளில வர்றதுக்குள்ள டெஸ்ஸி டிரஸ்ஸ கழட்டிட்டு ஜட்டி மட்டும் போட்டுக்கிட்டு நின்றபடி மொகத்த ஏதோ கிரீமினால் தொடச்சிக்கிட்டிருப்பா. கொழந்தயத் தூக்கறதுக்கு முன்ன சில வேளைல நான் அவளைப் பட்டென கட்டிப்புடிப்பேன். அப்ப அவ இங்கீலீஷ்ல ஏதாவது சொல்வா? 'யூ லுக் நைஸ்' ன்னோ என்னமோ? பிறகு என் முகத்துல ஒரு முத்தம் வேகமா தந்திட்டு போர்வைக்கடியில புகுந்து ஒரே நிமிஷத்தில தூங்கிடுவா.

என்ன கஷ்டம் பாருங்க. அவ மலையாளத்தயே மறந்திட்ட மாதிரிதான். ஆஸ்பத்ரீல வேற மலையாளி நர்சுங்களும் இருக்காங்க. ஆனால் வெள்ளக்காரங்களுக்கு நடுவுல மலையாளம் பேசறது அவ்ளோ சரிப்பட்டு வருமா? அப்படியே வீட்டுக்கு வந்தாலும் இங்கிலீஷ்தான் அதிகம் பேசறா. நான் குழந்தய எடுத்துக்கிட்டு அழுக நிக்கற வரைக்கும் விளையாட்டு காமிப்பேன். அவன் அம்மாவப் பாக்கணும்னு சொன்னா நான் அவனை எடுத்துகிட்டு

பெட்ரூமுக்குப் போவேன். அங்கே டெஸ்ஸி ஒரு பொட்டலமாட்டம் படுத்துக் கெடக்கறத அவன் தொட்டுப் பார்ப்பான். அப்புறம் நான் அவன எடுத்து ப்ளே பென்னில் விட்டுட்டு சோடா கலந்து நல்ல பெரிய கிளாசில் ராயல் சல்யூட் ஊத்தி எடுத்துக்குவேன். அப்படியே மொட்டமாடிக்குப் போயிடுவேன்.

ஹோவெனப் பரந்து கிடக்கும் அமெரிக்கா ஆனைமுடி உச்சீல நின்னு பாக்கறமாரி இருக்கும். என் காலுக்குக் கீழே நியூயார்க் சிட்டி, 'டேய் ஜோஸி,' என்பேன் நான். 'இதப்பாத்தியா, இதோ நியூயார்க். நீ அதோட உச்சீலதான் நிக்கற... பத்திரிகைல எப்பவோ பார்த்திருக்கற, வெள்ளைக்காரங்க வாழற நியூயார்க்! என் கால்லருந்து தலைவரை ஏதோ ஒன்று ஊர்ந்து ஏறும். நான் ராயலை எடுத்து ஒரே முழுங்கு முழுங்கிட்டு, கீழே பரந்து கிடக்கும் ரோட்டையும், கார்களையும் கூச்சல் குழப்பத்தையும் ரொம்ப நேரம் பார்த்தபடி நிற்பேன், கீழேயிருந்து மேலேறி வர்ற அந்தச் சத்தத்தையும் கேட்பேன்.

தோ தெரியுது லாங் ஐலேன்ட். அங்க எலவம்குன்று மாத்தச்சனும் பொஞ்சாதியும் இருக்காங்க. ப்ரோம்க்ஸ் எங்க? நம்மோட கொச்சப்பனும் அவர் தம்பியும் அங்க இருக்காங்களே. நான் பீட்ரயினுக்குப் போய் எவ்ளோ நாளாகுது? ப்ரோம்க்ஸில் சீட்டாடப் போன காலமெல்லாம் மறந்தே போயிடுச்சு. மௌன்ட் வர்ணோனில் கோபியும் குட்டப்பனும் இருக்காங்களா, யாருக்குத் தெரியும்? போன வருஷம் அவங்ககூட மேரிலாண்டில் மான் வேட்டைக்குப் போனதுதான். குட்டப்பன் வச்ச வெடி காட்டின் ஓரத்தில் நின்றிருந்த பெல்ட் போட்ட பசுவின்மேல் பாஞ்சது. அவன் குடிபோதயில கண்ணு மண்ணு தெரியாம நின்னுகிட்டுருந்தான். நாங்க அங்கருந்து வந்துட்டோம். ரெண்டு நாள் அவனோட வீட்டுப்பக்கம்கூடப் போகல. வெள்ளக்காரனுக்கு அவன் சொத்துன்னா பிசாசுபோல நெனப்பான். என்ன செய்ய? அவங்க நடுவுல வாழ வந்திட்டோம்.

அந்தப் பெரிய பாலம் கடந்து, நியூஜெர்ஸிக்கும் அப்புறம் பிலடெல்பியாவுக்கும் வாஷிங்டனுக்கும் உள்ள வழிகள். இந்த ரோடையெல்லாம் பாக்க எனக்கு என்னமோ போல இருக்கும். இந்த மாடி வீட்ல ஒன்னும் பண்ணாம குழந்தையப் பாத்துக்கிட்டு இருக்கேன். கென்னடீல யாரையாவது வழியனுப்பப் போறப்பவும் எனக்கு ஏதோ ஒரு மாதிரி அழுத்தம் இருக்கும். அவுங்க இப்ப ஆகாயத்துல ஏறி கொச்சின் போயிடுவாங்க. நான் இங்க குளிரில நிக்கறேன். நம்ம சொந்தக்காரங்க யாருக்காவது இந்தக் குளிர்ல ஏதாச்சும் பிரச்னை இருக்கா? தடதடன்னு குளிர்ல நடுங்கி, வெள்ளக்காரனோட காஞ்சுபோன பாஷயக் கேட்டுகிட்டே லிப்ட்ல ஏறறதும் எறங்கறதும். ஷாப்பிங்குக்குப் போறதும் வர்றதும், துணி தொவக்கறதும், பாத்திரம் கழுவறதும். காசுக்காக இப்படியுமா ஒரு வாழ்க்கை? விளையாடவும் சிரிக்கவும் ஒன்னும் முடியலன்னா அப்புறம் எதுக்கு இதெல்லாம்? காசுதானா நம்மை சொர்க்கத்துக்குக் கொண்டுபோகப் போகுது?

நான் வேகமா உள்ள போயி முந்தின நாளு பாத்தரத்தக் கழுவி, வாஷிங் மெஷின் ஆன் பண்ணுவேன். துணியயெல்லாம் ரகம் ரகமா பிரிப்பேன். டெஸ்ஸியோட துணிய எடுக்கறப்பவே ஆஸ்பத்திரியோட வாடை வரும். அவ உடம்புலகூட அந்த வாசன வருமோன்னு எனக்குச் சந்தேகமிருக்கும். அப்புறம் ப்ரீசரிலிருந்து ரெண்டு பாட்டில் பியரெடுப்பேன். அதை ஒரு பெரிய மக்கில ஊத்தி நான் வாஷிங் மிஷினுக்குப் பக்கத்தில் உக்காந்துடுவேன். என்னதான் சொன்னாலும் இவ்வளவு நல்ல பியர் வேற எங்கக் கிடைக்கும்? கொறஞ்ச வெல வேற. குடிச்சா என்ன ஒரு குளிர்ச்சியா இருக்கு. ராயலுக்கு அப்புறம் அது உள்ள போறப்ப என்ன சொகம்! பையன் அதுக்குள்ள தூங்கியிருப்பான்.

பிறகு நான் போய் கொஞ்சம் அரிசியக் கழுவி ஒலயிலப் போடுவேன். அம்மாடி, பிரிட்ஜுக்குள்ளருந்து

எல்லாத்தையும் தின்னலாம். ஆனால், பழய சோத்த மட்டும் என்னாலத் தின்ன முடியாது. எனக்குக் கொஞ்சமா சாப்டாலும் சூடா இருக்கணும். அரிசி வேகறதுக்குள்ள நான் பருப்பு சாம்பார் வச்சு, கொஞ்சம் அப்பளமும் வறுத்து, பிரிட்ஜுக்குள்ளருந்து கறிக்கொழம்பு, மீன்கொழம்பு எல்லாத்தையும் எடுத்து ஒருவாட்டி சூடு பண்ணிடுவேன். இதுக்கு நடுவுல நான் இன்னமும் ரெண்டு வாட்டி பியர் எடுத்து அதன் குளிர்ச்சியையும், குமிழிகளையும் ருசித்தபடியே குடித்திருப்பேன். பிறகு டெஸ்ஸியை எழுப்பியபடியே 'சாப்பாடு போட்டாச்சு' என்பேன்.

அவ ஜட்டியை மட்டும் போட்டுக்கிட்டு எழுந்து வர்றத நான் பாத்துக்கிட்டே நிப்பேன். அவ மொகம் கழுவி, முடி பிரஷ் செய்து, பாண்ட்டை இழுத்து ஏற்றிக் கொள்வதையெல்லாம் நான் பார்த்துக் கொண்டு நிற்பேன். பட்டிக்காட்டுப் பொம்பள, பாண்ட்டை இழுத்து போட்டுக்கறா. ம்... நடக்கட்டும், நடக்கட்டும். நான் சில சமயம் அவளை, பாண்ட் போடறதுக்கு முன்ன, ஒரு வாட்டி இறுகக் கட்டிக்குவேன். ஆனால் அவ, 'ஜோஸி ஏதாவது பிரச்சனையாயி மெட்டனிட்டி லீவெடுத்து ஓவர்டைம் பண்ற காசும் கெடக்காமப் போயிடுச்சுன்னா, கான்டோமினியத்திலிருக்கற வீட்டுக்கடனை யார் கட்டறது? ஜோஸி நீ குடிச்சிருக்க இல்லியா?' என்பாள். 'அதுக்கு நீ மாத்ர சாப்பிடறல்ல? இல்லாட்டி நான் அதெல்லாம் கவனமா பாத்துக்கறேன்.' என்று நான் சொல்ல, அவ ஒருவிதமா கொஞ்சுவா, மறுப்பா. வேண்டாட்டி போ. எனக்கு வேற வேலயிருக்கு. இந்த விஷயத்துக்கெல்லாம் ஆம்பளங்க கெஞ்சுவாங்களா என்ன?

டெஸ்ஸி வந்து உக்காந்து சாப்பிடுவா. அப்படியே கொழந்தக்கும் ஊட்டுவா. அப்புறம் குழந்தையத் தூக்கிட்டு டீவிக்கு முன்னால இருக்கிற பெரிய சோபாவுல போயி ஒக்காந்துருவா. நானும் கொஞ்ச நேரம் அவகூட, அவ பக்கத்துலன்னு சுத்தி சுத்தி நிப்பேன். சோபாவில ஒக்காந்து

ஆஸ்பத்ரி விஷயமெல்லாம் கொஞ்ச நேரம் கேப்பேன். சாப்பாடு முடிச்சதும் ஒரு பிராந்தி நல்லாருக்கும்னு நெப்போலியன் விஎஸ்ஸோவுடைய ஒரு பெரிய லார்ஜ் ஊத்திக்குவேன். ராத்திரிலதான் பிராண்டி குடிக்கணும்னு டெஸ்ஸி சொல்லுவா. ஓ, ராத்திரிலயும் பகல்லயும் நாம ஒரே ஆளுதான, ஒரே வயித்துக்குத்தானே போகுது. எனக்கு நெப்போலியன் ரொம்பப் பிடிக்கும். அதனோட கஷாயம் மாதிரியான ஒரு டேஸ்ட்டும் முத்தின ருசியும். நான் அத வாயில ஊத்தி ஒரு சுத்து சுத்துவேன். வாசனையை மூக்கு வழியா இழுத்து உள்ள விடுவேன்.

அதுக்குள்ள டெஸ்ஸிக்குத் தூக்கம் வரும். குழந்த எப்பவோ தூங்கியிருக்கும். அப்பதான் என் சான்ஸ் வரும். நான் குழந்தய எடுத்து அவனோட பெட்டில் படுக்க வச்சுட்டு, டெஸ்ஸிக்குப் போர்வை போத்திவிடுவேன். ‘டெஸ்ஸி, நீ காரோட சாவியக் கொஞ்சம் தாயேன். நான் ஒரு வாட்டி சுத்திட்டு வரனே ’ என்பேன். தூங்கி வழியற கண்ணோட அவ என்னப் பாப்பா. என்ன தனியா வெளிலவிட அவளுக்கு அவ்ளோ நம்பிக்கையில்ல. அதுவும் கார எடுத்துக்கிட்டு. எனக்கு ஏதாவது ஆச்சுன்னா அவ என்ன செய்வா? அப்புறம் குழந்தழய யாரு பாத்துக்குவா? அவ என்ன மறுபடியும் கொற சொல்ற மாதிரி பாத்துட்டு ஹேண்ட் பேகிலிருந்து கீ எடுத்துத் தருவா. நான் அத வாங்கிக்கிட்டு, பிரிட்ஜ் திறந்து கொஞ்சம் பியர் அடிச்சிட்டு கதவைச் சாத்திட்டு எறங்குவேன்.

இனி டெஸ்ஸியும் குழந்தையும் எழுந்திருக்க மூணு மணி நேரம் ஆகும். ஹா.... ஹா.... ஹா.... மூணு மணி நேரம் நான் லிப்ட்டில் ஏறாம மெதுவா படிகளில் இறங்கி வந்து கீழ்த்தளத்தில் கதவத் தட்டுவேன். பெல்லடிக்க வேணான்னுதான் ஜோசபீனா சொல்லியிருக்கா. அதாவது அவ சைகைல சொல்லியிருக்கா. அவ பேசறது இங்லீஷ்கூட இல்ல. ஸ்பானிஷ்தான் பேசறா. நான் லிப்படில் அவள மொதல்ல பாத்தபோது நல்லா ஒருவாட்டி சிரிச்சேன். எனக்கு ஏதோ சந்தேகம் தோணனதுனாலதான் சிரிச்சேன். அவளும்

சிரிச்சா. ஜோசபீனாவப் பாத்தா திருச்சூரோ, இல்ல தெக்கு பக்கத்து ஒரு நல்ல குடும்பத்தில பிறந்த அழகியப் போலவே இருப்பா. செவப்பு நிறம். இந்த வெள்ளக்காரிச்சிங்களப் போல பல கலர்ல இல்ல, தலைமுடி. நல்லா கறுப்பா சுருண்ட முடி. நல்ல ஸ்ட்ரக்சர்.

அன்னைக்கு லிப்ட்ல நாங்க ரெண்டு பேர் மட்டுந்தான் இருந்தோம். நான் ஹலோன்னு சிரிச்சுகிட்டே சொன்னேன். அப்புறமா ரெண்டுல ஒண்ண முடிவு பண்ணி 'ப்யூட்டிபுல்' ன்னு சொல்லிட்டேன். சும்மாதான் சொன்னேன். அவ பட்டென என்னோட கொம்பு மீசயத் தொட்டுப் பாத்தா. 'பாத்துக்கோன்னு' சொன்னேன். அவளுக்குப் புரியுதா என்ன? நான் என் நெஞ்சைத் தட்டிக்கிட்டே, 'ஐ ஆம் மலயாளம்' என்றேன். அவ சிரிச்சுகிட்டே கண்ணச் சிமிட்டியபடியே, 'எஸ்பானா' என்றாள். அவ கையில நெறய பொட்டலங்கள். கீழேயும் இருந்துச்சு. அறுபத்தெட்டாவது மாடீல லிப்ட் நின்னப்ப அவ வெளியேறத் தயாரா என்னப் பாத்தா. 'அறுபத்தொன்பதுலதான் என் வீடு ஐ... ஐ... சிக்ஸ்டி நயன் ஐ ஹெல்ப்' என்றேன். அவள் என்னைப் பார்த்துக் கண் சிமிட்டியபடி முப்பத்திரண்டு பல்லையும் காட்டிச் சிரித்தபடி, 'சிக்ஸ்டிநைன் சிக்ஸ்டிநைன் கம்' என்றாள். நான் அன்னக்கி ஜோசபீனாவின் பொட்டலங்களை எல்லாம் தூக்கிட்டு அவளுக்கு ஒதவணும்னு புரிஞ்சது. அவதான் பொம்பள. அவளோட எஜமானி டெஸ்ஸியோட பிரண்ட். ஒரு மலையாளி மனோதத்துவ டாக்டர். வெள்ளைக்காரப் புருஷன் ஐக்கிய சபையில ஒரு பெரும்புள்ளி. அவனுக்கு மருத்துவம் பாத்து பாத்து அவன கைக்குள்ள போட்டுகிட்டான்னுதான் டெஸ்ஸி சொன்னா. இல்லன்னாலும் மனோதத்துவத்துக்குத் தெரியுமா. ஓவர் டைம் எல்லாம் செஞ்சாலும் ஒரு நர்சோட சம்பளம், அதனோட கிட்டகூட நெருங்க முடியுமா?

ஆமாம், இந்த வெள்ளக்காரங்க மனசில எல்லாம் எப்பவும் ஒரு வருத்தம் இருக்கும். ஏதோ ஒரு பயமும், துடிப்பும், எண்ணங்களுமா இருக்கும். எப்படி இல்லாம

இருக்கும்? இந்த பரபரப்பான லிப்ட் ஏற்றமும் இறக்கமும், ஓடறதும், குதிக்கறதும், கார் ஓட்டறதும்தானே உத்தியோகம்? ஒரு நிமிஷம் கால்நீட்டி ஒரெடத்துல நிம்மதியா ஒக்காந்துட முடியுதா? ஜோஸபீனாவோட வீட்டு ஆளுங்க காலையில போனா ராத்திரி எட்டுமணிக்கு முன்னாடி வீட்டுக்கு வர்ரதேயில்ல. சனி, ஞாயிறுல மட்டும் கொஞ்சம் கவனமா இருக்கணும். அவ எனக்கு ஒளிஞ்சுக்க எடம்கூடப் பாத்து வச்சிருந்தான்னா அவளப் பத்தி புரிஞ்சிச்சுக்கணும். மனோதத்துவத்தோட மதிப்பு அப்படி.

மொத நாளு ஜோசபீனாவைக் கட்டிப்பிடிச்சுக்கிட்டு டாக்டரோட பெரிய பெட்ரூம்ல வாட்டர் பெட்டோட நடு மத்தில மேலயிருந்த கண்ணாடியப் பாத்துக்கிட்டே படுத்துக் கெடந்தபோதுதான் எனக்குப் புரிந்தது. ஜோசபீனா கை நீட்டி ஒரு சுட்சை அழுத்தினா. பெட் மெதுவாக வட்டமடிக்க தொடங்கிச்சி. வட்டமாக இருந்த மனசு வட்டமடிக்கறது மாதிரிதான் பெட் வட்டமடிச்சதுன்னு நான் நினைத்தேன். நான் அவகிட்ட. 'ஏன்டி நீ எங்கருந்து வந்த?' என்பேன். அவ ஸ்பானிஷ்ல என்னன்னவோ சொல்லிகிட்டே என்னக் கடிப்பா அப்ப. என்னவெல்லாம் அவ மனசில் இருக்குமென நினைப்பேன்.

என்னப் போலவே அவளும் எங்கேயிருந்தோ வந்து இந்தப் பெரிய கட்டிடத்தின் உச்சீல அடைஞ்சு கெடக்கா. அவளுக்குன்னு ஒரு போக்கிடம் உண்டா? எனக்கு இந்த கார் கீயாவது இருக்கு. நான் வாட்சைப் பாக்கறது அவளுக்கு இஷ்டமில்ல. என் வாட்ச் கட்டின கைய நான் தூக்கினா, அவ அத கீழ தட்டி விடுவா. அப்புறமா என்மேல ஏறி ஒக்காருவா. என்ன விடவேமாட்டா? ஆனா, என்னால அது முடியுமா? நான் அவகிட்டே, ஜோஸபீனா. என் தங்கக்கொடமே, நான் போகணும். இன்னும் எனக்கு ரண்டு மணிநேரம்தான் மீதியிருக்கு. நான் கொஞ்சம் வெளில போயி காத்து வாங்கறேன். நான் நாளக்கும் வர மாட்டேனா என்ன? நான் வராம இருந்திருக்கேனா? என்பேன். அவளுக்கு இந்த

ஒரு மலையாள வார்த்த மட்டும் புரியும். நாளக்கி. அவ என் மேல ஏறி என் முகத்த மொறச்சு பாத்து ஒரு விரலால என் நெத்தில குத்திக்கிட்டே 'நாளக்கி நாளக்கி யெஸ்' ன்னு சொல்லிக்கிட்டே என்ன விட்டுடுவா.

மேலயிருக்கற ஜானியோட விஷயத்த நெனச்சா கொஞ்சம் சபலமாயிடும். வேண்டாம். வந்திட்டு பாக்கலாம். ஏதாவது போலீஸ்... ஒரு வாட்டி என்ன பிடிச்சிருக்காங்க.நான் மதியானத்துக்கு மேல காரெடுத்துக்கிட்டு பெல்ஹாம் எக்ஸ்பிரஸ் வே வழியா வேகமா ஓட்டிக்கிட்டுருந்தேன். அன்னக்கி டெஸ்ஸிகிட்ட இருந்தது ஒரு பழைய போர்டுதான். ஆனா பழசாயிருந்தா என்ன? வெள்ளக்காரன் காருதானே. எனக்குள்ளே, இந்த நீளமா கெடக்கற நல்ல மொசைக் போட்ட மாதிரி இருக்கற ரோட்டப் பாக்குறப்ப அதனோட கடைசி வரை போகணும்ன்ற ஆசை ஏறிகிட்டே இருக்கும். எங்கே போக? மொத்தம் இருக்கறது ரண்டு மணி நேரம் மட்டும்தான். அப்படியும் நான் ஸ்பீடா ஓட்டுவேன்.

அப்ப, நா இங்க வந்தபுதுசு, திடீர்னு சைரன எழுப்பிக்கிட்டே ஒரு போலீஸ்காரன் என்ன தடுக்குறான். அவனை இடிச்சுடறதுபோல நான் வண்டிய நிறுத்தினேன். தொப்பியும், கூலிங்கிளாசும் போட்டுக்கிட்டு இடுப்புல துப்பாக்கியும் ரப்பர் தடியுமாத்தான் போலீஸ்காரன் வர்ரான். நான் வேகமாக் கதவத் தெறந்து எறங்கினேன். நல்லா குனிஞ்சு ஒரு நமஸ்காரம் பண்ணேன். வேற என்ன செய்ய? வெள்ளக்காரன் ரப்பர் தடியால் என் முதுகில செல்லமா ஒரு அடி அடிச்சான். என் அடிவயித்தலருந்த ஜானி வாக்கர் ஆவியாப் போயிடுச்சு. அதுக்குள்ள வேற ரண்டு போலீஸ்காரனுங்களும் வந்திட்டானுங்க. எல்லோரும் ஒன்னா நின்னுகிட்டு என்னப் பிசாசப் பாக்கற மாதிரி பாக்கறானுங்க. ஒருத்தன் துப்பாக்கிய நீட்டிக்கிட்டே வந்து பாக்கெட்ட, உடம்ப எல்லாம் சோதன பண்ணான். அப்புறம் இங்கிலீஷ்ல கேள்விகளா அடுக்கினான். 'என் செல்ல சாரே, எனக்கு இங்கிலீஷ் தெரியாது' ன்னு நான் சொன்னேன். நான் வீட்லயே

ஒக்காந்து வெறுப்படிச்சப்ப கார எடுத்துக்கிட்டு வந்தேன். நான் என்ன குத்தம் செய்தேன் சாரே? என்ன ஒன்னும் செய்திடாதீங்க. டெஸ்ஸி தனியாத்தான் இருக்கா. அவங்க பாஸ்போர்ட், டிரைவிங் லைசன்ஸ்ன்னு எல்லாம் என்னன்னவோ கேட்டாங்க. 'எனக்கு எதுவும் தெரியாது. எல்லாம் டெஸ்ஸிக்குத்தான் தெரியும்' என்றேன்.

அப்புறமா அடிபடாம இருக்கறதுக்கு அம்மாகிட்ட செஞ்ச ஒரு டெக்னிக்க யூஸ் பண்ணேன். நான் ஒன்னு ஒரே அழுகையா அழ ஆரம்பிச்சுட்டேன். வெள்ளக்காரப் போலீஸெல்லாம் கூலிங்கிளாஸ் வழியா என்னப் பார்த்து முழிச்சிகிட்டே நிக்கறானுங்க. ஆனா, என் டெக்னிக் வேல செஞ்சது. அவனுங்க என் அழுகயப் பாத்து கடகடன்னு சிரிக்கறானுங்க. அவங்க என்ன ரொம்ப அன்பா முன்னாலயும் பின்னாலயும் ஒரு வளையம்போல கார் ஓட்டிகிட்டு வந்து வீட்டில் கொண்டுவந்து விட்டானுங்க. போலீசும் நானுமா வீட்டுக்குள்ள வர்றதப் பாத்த டெஸ்ஸியோட மூஞ்சி பச்சப் பூசணி போல ஆச்சு. அவ என்கிட்ட ரெண்டு நாளு பேசல. மெதுவா மெதுவா என்னால் ரோட்ல போர்டெல்லாம் பாத்தா புரிஞ்சுக்க முடிஞ்சுது. வெள்ளக்காரனோட எல்லா விஷயமும் புரிபட ஆரம்பிச்சுச்சு.

எனக்கு எங்கேயெல்லாமோ போகணும்னு மனசுல தோணுது. இந்த ரோடெல்லாம் இப்படி போகுது. நான் மட்டும் இங்க நிக்கறேன் – அது சரியா? ஆனால், கொழந்த பொறந்த பிறகு என் ஓட்டமெல்லாம் கொறஞ்சு போச்சு. அதுக்கு முன்னல நான் ரொம்ப ஓடியிருக்கேன். அப்புறம் டெஸ்ஸி அந்த ஃபோர்டைத் தூக்கிப் போட்டுட்டு டொயோட்டா வாங்கினா. அவ அத அலட்சியமா பார்க்கிங்கில் கொண்டுவந்து நிறுத்தும்போது எனக்குள் ஒரு குதிகுதிப்பேன். ஜோசபீனாவப்போல இருந்தது அந்த டொயோட்டா. அதன் சினேகமும் ஜோஸபீனாவோடது போலவே இருந்தது. நான் அதுக்குள்ள ஏறி ஒக்காந்து

சீட்பெல்ட் போட்ட உடனே என் மனசு பாக்கற எடத்துக்கு அந்த டொயோட்டா ஓடும்.

ஹோ, என்ன ஓட்டம் ஓடியிருக்கேன் நான். நியூயார்க்லருந்து வெளில போற எல்லா வழியிலயும் நான் போயிருக்கேன். 'அமெரிக்கா, இதோ, ஜோஸி வரேன்'னு ஒரக்கச் சொல்லுவேன். 'கடுந்திருத்திக்காரன், மச்சுநாட்டு ஜோஸி. வெள்ளையனே, மேடமே, இதோ ஜோஸி வர்ரான்.உங்களுக்கு இந்த நல்ல ரோடு இருக்கு என் பொண்டாட்டிக்கி டொயோட்டா இருக்கு. வேற என்ன வேணும்?' நான் காரோட ரெண்டு பக்கத்லருந்தும் படபடன்னு காத்தடிக்கறதக் கேட்டுக்கிட்டே, பிளேயரில் 'பெரியாறே பெரியாறே' ன்ற பாட்டையும் போட்டுக்கிட்டு, என் டொயோட்டாவின் ஸ்டியரிங்கையும் கட்டிப்புடிச்சுக்கிட்டு அப்டியே ஒக்காந்துடுவேன்.

எங்க போற ஜோஸி? அமெரிக்காவோட கடைசிக்கு. பூமியோட மறுபக்கத்துக்கு. கடுந்துருத்திக்கு. மச்சநாட்டு வயல் வரப்புக்கு. ஆனா, ஒருநாள் நான் அந்த டொயோட்டாவக் கொண்டுபோய் இடிச்சு தூள் தூளாக்கினேன். என் முகத்துல எட்டு தையல். ஒரு கால் எலும்பு ஒடஞ்சிடுச்சு. இடிச்ச காரோட வெள்ளக்காரிச்சி பல் எகிறிப் போச்சு. ராயலோட அளவு கொஞ்சம் கூடிடுச்சு அவ்ளோதான். அந்தப் போலீஸ் என் வாயிலிருந்த வாசனையைப் பாத்து புடிச்சுட்டான். என் லைசன்ஸைப் புடுங்கிட்டான். நான் ரொம்ப நாளுக்கு வீட்லயே இருக்க வேண்டியதாயிடுச்சு.

அப்பதான் குழந்த பொறந்துச்சு. டெஸ்ஸி அம்புக்கும் வில்லுக்கும் நெருங்க மாட்டா. நான் ஒரே புடி புடிச்சேன். இப்படியும் கடுமையா இருப்பாளா? நான் அப்றம் எதுக்கு இந்த அமெரிக்கால இருக்கேன். அப்புறமா டெஸ்ஸி வாங்கன காரு லிங்கன் பேமிலி. எனக்கு அதனோட மொகமே புடிக்கல. அதுகிட்டப் போகவே புடிக்கல. என் மனசு போல

நடக்கறதா இல்ல அது. நான் அதை பல தடவை போட்டு இடிக்கறதும் உதைக்கறதுமா இருந்தேன். ஒரு நாள் அது நியூஜெர்ஸில ஒரு எக்ஸ்பிரஸ் வேயில செத்துபோன கணக்கா படுத்துடுச்சு. என்ன செய்தாலும் அசைய மாட்டேங்குது. நான் அதும் மேல ரெண்டு கல்லத் தூக்கிப் போட்டுக் காலால ரெண்டு ஒத ஒதச்சிட்டு, 'போடீ பட்டீ, நீயில்லன்னா இந்த அமெரிக்காவுல வாழ முடியாதான்னு ஒரு கை பாக்கறேன். நீ ஜோஸியை குழந்தன்னு நெனச்சியா'ன்னு சொல்லிக்கிட்டு, ஒரு டாக்ஸி புடிச்சு வீட்டுக்கு வர்ரதுக்குள்ள டெஸ்ஸி குழந்தய ஜோஸபீனாகிட்ட வுட்டுட்டுப் போயிட்டிருந்தா.

நானும் ஜோஸபீனாவுமா ரொம்ப நேரம் குழந்தைக்கி வெளயாட்டு காமிச்சிட்டிருந்தோம். கொஞ்ச நேரம் கழிச்சு என்ன வந்தாலும் வரட்டும்னு டெஸ்ஸிய ஆஸ்பத்திரி போனில கூப்பிட்டேன். எனக்கு ஒரே அர்ச்சனை. நான் அவகிட்ட 'அம்மாடி டெஸ்ஸி, அந்த கார் ஒரு பிசாசு. அதும் மனசில என்னமோ இருக்கு. இல்லன்னா. நான் வேணும்னே லேட் பண்ணுவனா? நீ என்னை என்ன வேணா பண்ணிக்க. ஆனா அந்தக் காரு மட்டும் வேணாம்னு' சொல்லிட்டு வச்சுட்டேன்.

நான் கோவமும் வருத்தமா மேலப் போயி, ஜோஸபீனாவுக்குப் பியரும், எனக்கு ஒரு பாட்டில் ஜானியும் எடுத்துக்கிட்டு வந்தேன். ரொம்ப நேரம் கழிச்சு குழந்த தூங்கிடுச்சு. நானும் ஜோஸபீனாவும் வாட்டர் பெட்ல ஏறி எங்களோட வட்டத்தச் சுத்த ஆரம்பிச்சோம். என் தங்கமே, தெய்வ குத்தம்னு சொன்னா போதுமே. வேற என்ன சொல்ல? நாங்க அங்கயே படுத்துத் தூங்கிட்டோம். உண்மையில எங்க மனசு ஒரு சுத்து சுத்திடுச்சு. அப்பபடி ஒருமுறைகூட ஆனதில்ல.

நான் ஏதோ சத்தம் கேட்டு எழுந்தப்ப குழந்தை அழுதுக்கிட்டிருந்துச்சு. டாக்டரும், அவளோட வெள்ளக்காரப் புருஷனும் எங்களப் பாத்துகிட்டே ரூமில நிக்கிறாங்க.

ஜோஸபீனா பியரும் ஷானியுமா சேத்துவச்சு அடிச்சதுல கல்லாட்டம் இன்னும் தூங்கிட்டிருக்கா, ஒரு பொட்டுத்துணிகூட இல்லாம. நான் டாக்டரப் பாத்து சும்மா சிரிச்சு வச்சேன். அவ புருஷன் கையைப் புடிச்சு ஒரு குலுக்கு குலுக்கினேன். அப்படியே குழந்தைய எடுத்துக்கிட்டு ஒரே ஓட்டமா வெளிய ஓடினேன்.

இந்த நாசமாப் போன லிங்கன் பேமிலி. லிங்கன்னு சொல்லிட்டு அமெரிக்காவுல முன்னாடி ஒரு தலைவர் இருந்தார். அந்தாளோட பேர அந்தப் பிசாசுக்கு வச்சவுங்கள என்ன செய்யலாம்? பேமிலி. என் பேமிலியையே அந்த பட்டூ கார் கலங்கடிச்சுடுச்சு. என்னைக் கென்னடி ஏர்போர்ட்ல கொண்டுவந்து விட்டபோது டெஸ்ஸி என் கைல ஆயிரம் டாலரக் குடுத்தா. இப்பவும் அவ நடுவுல நடுவுல ஏதாவது அனுப்பிக்கிட்டேதான் இருக்கா. கொழந்தய அவ எப்படியோ பாத்துக்கறா. தன் கூடவே கூட்டிட்டு போறாளாம். இல்லன்னா க்ரஷ்ல விடறாளாம்.

பாவம் டெஸ்ஸி. என் பையன் அதவிடப் பாவம். அவன் அந்த வெள்ளக்காரங்க, கறுப்பனுங்க நடுவுல இங்கிலீசும் பேசிக்கிட்டு லிப்ட்டில ஏறி எறங்கறதும், ஓடறதும் ஒடியாரதுமா கத்துக்கப் போறான். அதுக்கப்பறம் என்ன இருக்கு? உறவுக்காரங்களப் பாக்க முடியுமா? நிறைய காருங்களுக்கு நடுவுல அவனும் தறிகெட்டு ஒரு கார ஓட்டிக்கிட்டு போற ஒருத்தனாவான். பல கலர்ல இருக்கற ஒரு வெள்ளக்காரி அவனக் கூட்டிட்டு போனாலும் போகலாம்.

என்னை மறுபடி டெஸ்ஸி அமெரிக்காவுக்குக் கூட்டிப்பாளா? ஓ, எனக்குச் சந்தேகம்தான். அவளுக்கு இப்ப வேற ஏதாவது நட்பு கெடச்சாலும் கெடச்சிருக்கும், கடிதத்திலயெல்லாம் அப்படி ஒன்னும் தெரியலன்னாலும். அமெரிக்காதானே! அப்புறம் நானும் பிடிபட்டவன்தானே. அவ அத மறந்துடுவாளா என்ன? என்கிட்ட கொஞ்சியது,

கோவிச்சுக்கிட்டத மறந்தாலும். சில சாயங்காலங்களில் வயல்ல நிக்கும்போது, எங்க தோட்டத்தில் இருந்து வளந்து நிக்கிற ஏலக்கா செடியிலருந்து நல்ல வாசனை வரும். ஜோஸபீனாகிட்ட இருக்கு அந்த வாசன வர்ற மாதிரி ஒரு சென்ட். அப்ப எனக்கு ஒரே அவஸ்தையா ஆயிடும். நான் அக்கரையைப் பாத்தபடி சொல்வேன். ஜோஸபீனா, என் செல்ல ஜோஸபீனா, நாளக்கி, நாளக்கி, நோ, அமெரிக்கா, ஸலாம்.

பிரபஞ்சத்தின் சிதைவுகள்

ஒன்று

ரகசியங்கள் நிரம்பிய தூரதேசங்களுக்கான ஒரு தீராத விருப்பத்தில் அலைந்தும், அறிந்தேயிராத மலர்களின் வாசனையைச் சுவாசித்து மனம் மயங்கியும், தூரத்தில் ஏதோ ஆகாயத்தில் தானறியாத நட்சத்திரக் கூட்டங்கள் மின்னிக் கொண்டிருக்குமே என்று வருத்தப்பட்டும், புலப்படாத மலைச் சிகரங்களின் அடிவாரங்களில் கண்ணாடி போலப் பளபளத்து ஒழுகி பாறைகளில் தெறித்துச் சிதறிப் பாயும் ஆறுகளின் அசைவை இதயத்தில் குழைத்தும் ஒரு முதுவேனில்கால முடிவில் தவளை ஒன்று தான் வசித்து வந்த அருவியிலிருந்து சிலிர்த்து எழுந்து வெளியேறி அதன் பயணத்தை ஆரம்பித்தது.

தான் ரொம்ப காலம் வசித்த அந்த அருவியை அது திரும்பிப் பார்க்கவேயில்லை. ஒரு பெருங்கனவு அதைக் கைப்பிடித்து நடத்திக் கொண்டு போனது. அதன் உருண்ட கண்களில்மேல் வெண்மை படர்ந்த நீல ஆகாயம் மட்டுமே ஒளிர்ந்தது.

ஏகாந்தமான மனதுடன், கௌரவமாக, சில சமயங்களில் மகிழ்ந்தும், அதிசயப்பட்டும், சில சமயங்களில் வேதனைப்பட்டும், பயந்தும், தளர்ந்தும், பசித்தும், பனியும் மழையும் வெயிலும் பட்டும், கடலின் இரைச்சலும் காட்டின் பீதியும் விடியலின் ஒளிர்வும் இருட்டின் மௌனமும் புதிய ஆறுகளின் குளிர்மையையும் நீர் ஓட்டத்தையும் அனுபவித்தும், நாடும் நகரமும் வயலும் மலையும் தரிசித்தும் அது தன் கனவு பூமியினூடாகப் பல வசந்த காலங்களின் வழியாகச் சஞ்சரித்தது.

கீழ்வானத்தின் எல்லையற்ற புதுமையும், மேகங்களின் கணக்கற்ற வடிவங்களும் நிலாவும் நிழலும் குழைந்து பிறக்கும் மந்திரசக்தியும் அது புரிந்து கொண்டவற்றில் சில. வருடங்கள் முல்லைப்பூவின் காய்ந்த சருகுகள்

போல உதிர்ந்தன. கடைசியில் ஒரு சரத்கால மாலையில் அது ஒரு மலையிறங்கி வந்தபோது முன்னால் தெரிந்த அடிவாரம் பழக்கப்பட்ட ஒன்றாக இருந்தது.

மலையின் நிழலைப் போர்த்தியபடி நின்ற அடிவாரத்தில் அது நின்றபடி எல்லாவற்றையும் தான் பார்த்து முடித்து விட்டோம் என்று புரிந்து கொண்டது. ஆழமான ஒரு நிம்மதி அதைச் சுற்றி வளைத்தது. ஞாபகங்கள் கருக்கொண்ட மேகங்களைப்போல அதனுள்ளே காத்திருந்தது. ஆனால் அனுபவங்கள் சொந்த ஆத்மாவின் பகுதியாக ஆகிப் போனதால் அதற்கு நினைவுபடுத்திக் கொள்ள ஒன்றும் இல்லாதிருந்தது.

தன்னைப் பற்றி நினைத்து சமாதானத்தை ருசிப்பதையே அது விரும்பியது.

ஒன்பது நாட்களுக்குப் பிறகான ஒரு பௌர்ணமி வரும்வரை அந்த அடிவாரத்தின் புற்களுக்கிடையில் படுத்துறங்கவும், ஓய்வெடுக்கவும் அது தீர்மானித்தது.

ஒன்பது நாட்கள் அது கனவுகளின் ஒளியோ, விழிப்பின்

திடுக்கிடலோ இன்றி உறங்கியது. ஒன்பதாம் நாள் தூக்கத்தின் கருமையில் சலனமற்ற கொடி போன்ற ஒரு கனவு தோன்றியது.

சூரியன் அஸ்தமித்துக் கொண்டிருக்க, ஒரு மழைக்கால மாலையில் அது ஒரு மலைஉச்சியில் நின்று கொண்டிருக்கும்போது தூரத்து அடிவாரங்களுக்கும் குன்றுகளுக்கும் மேலே ஒரு வானவில் உருவாவதுதான் அந்தக் கனவு. முதலில் இந்த வானவில் ஒரு பெரிய அரைவட்ட நிலவைப் போலக் கீழ்த்திசை வானத்தின் எதிரே நின்று ஒளிர்ந்தது. அதன் நிறங்களில் நிலைக்காமல் பார்த்துக் கொண்டிருக்க, முன்னால் மரங்களும், மலைகளும், மழைத்துளிகளும், பூக்களும், கற்களும் எல்லாம் அழிவதாக, தத்தமக்குள் கரைந்து காணாமல் போவதாக, தன் கண் பார்வையில் இருந்து மறைந்து இல்லாமல் ஆவதாக அதற்குத் தோன்றியது. பூமி ஒரு பனிக்கட்டிபோல உருகி ஸ்படிக நீராக மாறியது. இதன் யுக முடிவில் அது பாதாளத்தின் இருட்டைத் தரிசித்தது. அதன் மூலம் வானவில் ஒரு முழு வட்டமாக அதன்முன் தோன்றியது. முன்பு எப்போதோ, மலைகளில் தங்கி மறைந்திருந்த வானவில்லின் கதிர்கள் வளைந்து தாழ்ந்து பாதாளத்தின் இருட்டினூடே ஒரு சீறும் ஜ்வாலைபோலப் பயணித்து தமக்குள் இணைந்து அந்த வட்டத்தை முழுமைப்படுத்தியிருப்பதாக அது உணர்ந்தது. இடையிடையே ஆழத்தின் இருட்டிலிருந்து சில இருண்ட நிழல்கள் உருமாறி வானவில்லின் வெளிச்சத்திற்கெதிராக புள்ளிகளாக ஒளிர்வதாகவும் அது பார்த்தது. தன் முன் ஜொலிக்கும் முழு வட்டத்தினைப் பார்த்து நிற்கும்போது அது வானவில்லின் அர்த்தம் உணர்ந்து, தன் தரிசனம் பூரணமாயிருந்தது என்று புரிந்து கொண்டது.

புகை மாதிரி கரைந்திருந்த மாலையினூடே, சந்ரோதயத்திற்கு முன்னால் குஞ்சுகளை அடைய அவசரமாகப் பறந்த பறவைகளின் ஓசைதான் அதை எழுப்பியது.

அடிவாரத்தில் தலையை உயர்த்தி நின்ற மலைகளின் பின்னால் ஆகாயம் இருட்டில் ஒளி பரப்பியபடி நின்றிருந்தது.

தூங்கியெழுந்த தவளை தன்னுடைய திரும்ப வேண்டிய பயணத்திற்கான நேரம் இதுதான் என்று முடிவெடுத்தது. அதற்குள் திரும்ப வேண்டுமா என்று ஆச்சர்யப்பட்டாலும், முன் பயணத்தின் தொடர்ச்சியாகத்தான் இதையும் எண்ணியது. ஆனால் முன்னர் ஒருமுறை நடந்த வழியிலேயே பின்னரும் நடப்பதற்கான விருப்பம், நடப்பதை ஆரம்பித்த புள்ளியிலேயே அசைவற்று நிற்க, சொந்த உடலை மீண்டும் ஒருமுறை கொண்டு போய் நிறுத்த வேண்டிய விருப்பம், தொடர் பயணத்தைத் திருப்பி விட்டது. அருவி ஒரு வேளை, இல்லாமல் போயிருக்கலாம். இல்லையென்றால் புரிந்துகொள்ள முடியாதபடி உருவமாற்றம் ஏற்பட்டிருக்கலாம். புதியவர்கள் அங்கே குடியேறி வசிக்க ஆரம்பித்திருக்கலாம். இப்படியான சாத்தியங்கள் வெளிப்படையாக இருந்தன. மீண்டும் ஒன்றிணைவதோ, துக்கமோ, மகிழ்ச்சியோ, எதிர்வினையோ ஒன்றுமே காத்திருக்காது என்றும் தெரிந்திருந்தது. யாருமற்ற தனக்கு என்ன வரவேற்பு?

ஆனால், அருவியின் மாய உருவம் ஒரு காந்தம் போல அதனைத் தனக்குள் இழுத்துக் கொண்டது. ஒரு வேளை, ஆழத்தின் சமாதானமும், நிசப்தமும் நல்கி, காலத்தைப் போல முடிவில்லாமல் ஒழுகும் நீரில் மூழ்கி மாற்றத்தின் பொருள் புரிந்து, முன்னால் நீர் ஊற்று வந்து சேரும் இடங்களில், அறிய முடியாவிட்டாலும் நிஜத்தில் வேறு பல பிரபஞ்சங்களும் உண்டு என்ற நினைவில், தன் ஆசைகளுக்கும், சங்கல்பங்களுக்கும் உயிர் கொடுத்துத் தடவி உணர்த்திய அந்தக் கருவறைக்கு அதனால் எப்படிப் போகாமலிருக்க முடியும்?

காற்று மரநுனிகளில் அமர்ந்து மந்திரம் சொல்ல, பார்த்திருந்த கனவுகளின் நிழல்களும், ஒளிகளும், அசை

போடும் மனதுமாக, வீழ்ந்த இலைகளும், அறுவடையைக் கனவு கண்டு ஆடும் வயல்களும், கலங்காமல் ஓடும் நீரில் பட்டென நிலவைக் கலந்து கிளறி துகள்களாக்கிச் சிரிக்கும் ஆறுகளும் கடந்து அது பல வருடங்களுக்கு முன்பு விட்டுச் சென்ற தன்னுடைய சொந்த இடத்திற்கு நிம்மதியுடன் நகர்ந்தது. தனிமையினூடே மீண்டும் மீண்டும் நிழல் பூசிய நிலா பரவி வந்தது. இருட்டுடன் குழைந்து ஒன்று சேர்ந்து இலைகளுக்கிடையிலூடே ஊர்ந்து குதித்தது. ஈர மண்ணில் ஒழுகிப் பரவியது.

நிலவுக்குக் கீழே பிணைக்கப்பட்ட சிந்தையுடன் தவளை சஞ்சரித்தது. பயணம் தொடங்கிய காலத்தில் ஆச்சரியம் தளும்பும் கண்களுடன் பார்த்த காட்சிகள் கடந்து போக, அதன் நினைவு பின்னால் ஓடித் திரியவில்லை பார்க்கப்பட்டவையோடு பிணைக்கப்படவில்லை; இறந்த காலத்தில் என்றோ தான் இங்கே பதிய வைத்த காலடிச் சுவடுகளைத் தேடிப் பிடித்து ரசிக்க அது துணியவில்லை; தனக்குள் தாழ்த்தி அடைத்த கண்களுடன் அது அதிவேகமாகப் பயணத்தைத் தொடர்ந்தது.

சீக்கிரமாகவே தவளை, வருடங்களின் கனத்தைத் தன் பாதங்களில் உணரத் தொடங்கியது. ஒரு கல்லிலிருந்து வேறொரு கல்லுக்கோ, சில சமயம் ஒரு புல்லிலிருந்து ஒரு புல்நுனியை விட்டு மற்றொற்றிற்கோ குதித்தால், கடந்துபோன காலத்தின், வயதின் புலப்படாத சக்தி கீழே ஒளிந்திருந்து தன்னை மண்ணிற்கு இழுத்துக் கொள்வது வெளிப்படையாகத் தெரிந்தது. பலமுறை, அதன் பாதங்கள் இடறி, குறி தவறியது. ரகசியங்களின் அற்புத தரிசனம் நல்கிய அவற்றின் வண்ணத்தாலும் வாசனையாலும் தன் ஆத்மாவை நிறைத்து, தன்னை முதுகிலேற்றி பிரபஞ்சம் முழுமையும் சுற்றிக் காண்பித்த அதே காலம்தான், இன்று தனக்கெதிராகத் திரும்பி, ஆயாசத்திலும், பதறும் பாதங்களிலும், நிலவையும் நிழலையும் தவறாகக் கணிக்கும் கண்களிலும் ஒளிந்திருந்து இனிமையும் மென்மையுமாகத் திரும்பத் திரும்ப மரணம்

மரணம் என்று உச்சரிப்பதை அது கேட்டது. இந்த மந்திரம் ஒரு கனவு சங்கீதம் போல அதைச் சுற்றி இறுக்கமாக ஒலித்தது. இதயத்தின் பாறையிடுக்குகளின் வழியாக ஓர் அருவிபோல இடித்துக்கொண்டு நுரைத்துக் கொட்டியது. தன்னுடைய மறுபயணத்தில் தான் அனுபவித்ததாக இவற்றை அறிந்தது.

இதுவரை எதிர்காலத்திற்கு சதா சர்வ காலமும் அகன்று ஓடி மறைந்திருந்த இந்த ரகசியம் தன் மனதின் அமைதிக்குள் ஊர்ந்து இறங்கி வந்து, எல்லா புதிய அறிவையும்போலத் தன்னைக் குலுக்கி அசைத்து, தன் உள்ளே ஒரு ஜ்வாலை போல ஒளிர்ந்து, இதுவரை தெரிந்தவற்றிற்கெல்லாம் உருவ, அர்த்த, பாவ, மாற்றங்கள் உண்டாக்கி என்றென்றைக்குமாக தன்னுடைய ஆத்மாவின் ஒரு பகுதியாவதற்கான நேரம் நிர்ணயித்திருந்ததை இந்தத் தவளை அறிந்தது. அதன் கண்கள் ஈரமாயின. காலத்தின் எல்லை பற்றிய ஞானம் ஒரு பெரிய சுவர்போல அதனுள்ளே இடம் பிடித்தது. மரணம் பற்றிய ஞானம் வாசலில் தட்டப்படுவதன் பேரோசை உள்ளே நிறைந்து உயரவே, தன் அமைதியை மறுபடி நிறுவ வேண்டி நடையை மெதுவாக்கிக் கொண்டு, இந்தப் புதிய அறிவைத் தன் ஒரு பகுதியாக அங்கீகரிக்க முயன்று, அது பயணத்தைத் தொடர்ந்தது.

பின்னாலிருந்த ஆகாயத்தில் அது அறியாத ஒன்று நிகழ்ந்து கொண்டிருந்தது. அங்கே கீழ்வானம் பூமியைத் தொட்டுக் கொண்டிருந்த ஓரிடத்தில், ஒரு சுருட்டிய முஷ்டி போல, கறுப்பான வடுபோல, ஓர் உருவம் தோன்றியிருந்தது. ஒரு கருமேகம். நேரம் போகப் போக இது வளர்ந்து பெரிதாகிக் கொண்டேயிருந்தது. ஒரு பெரிய குன்று போலவோ, படர்ந்து உயரும் புகைபோலவோ ஆகாயத்திற்குப் பரவியது. இடி முழக்கங்களின் மின்னல்களின் அலங்காரம் எதுவும் இல்லாமல், நிசப்தமாக, ஆகாயத்தைக் கையடக்கி இந்த மேகம் வளர்ந்து உயர்ந்து நகரும் கடல் நீர்போல ஆகாயத்தை

முழுவதுமாக விழுங்கியது. தாமதியாமல் இந்தப் படர்ந்த கறுப்பு நிலவின் மிக அருகே சென்றது.

சட்டென ஒரு நிமிடத்தில் நதிகளும் ஆறுகளும் இருட்டின் சத்தங்களாக மாறின. மலைகள் ஆகாயத்தில் மறைந்து, மரங்கள் புலப்படாத உருவங்களை அடைந்தன. நிலவு கரும்பரப்பில் மங்கலான நிறமாற்றம் அடைந்தது. இருட்டினூடே இந்தத் தவளை பயணித்ததை, சில இலைகளின் பதுங்கலும், சில மணல்துகள்களின் அதிர்வும், சில புல்நுனிகளின் அசைவும் மட்டுமே உணர்த்தின.

இரண்டு

தொடர்ந்து இருட்டில் தவளை ஒரு பாழடைந்த கிணற்றில் விழுந்தது. ஒரு கறுத்த சூன்யத்தில் தலைகீழாக அது விரிந்த கால்களுடன் விழுந்தது. பட்டென பூமி குதித்தெழுந்து ஒரு மரத்துபோன, ஒரு பதுங்கிய குரலோடு அதனை உள்வாங்கிக் கொண்டது. அப்படி விழுதல் முடிவுக்கு வந்தது. குதித்தெழுந்த பூமி இப்போது சலனமற்று அதைத் தாங்கிப் படுக்க வைத்தது. கிணற்றின் வட்டச் சுவற்றின் புலப்படாத உருவத்தினுள்ளே அதைச் சுற்றி குன்றாகக் குவிந்த காய்ந்த இலைகளையும், சில சிறிய பிணங்களையும், உடைந்த பீங்கான் பாத்திரங்களையும் இருட்டு மறைத்து வைத்திருந்தது. காற்றில் மூச்சு முட்டும்படியான வாசனைகள் அலைந்தன.

காய்ந்த இலைகளுக்கிடையில், இந்த இறந்த இலைகளின் மென்மையின்மேல், தன் தளர்ந்த, வலியெடுக்கும் உடம்பை அடக்கி, இந்தத் தவளை, இந்தப் பயணி தன் அவஸ்தையை அங்கீகரித்தது. இந்த அங்கீகாரத்தைச் சுற்றி துக்கம் ஒரு வெண்பாதைபோல, நீர்ப்பரப்பின் நொறுங்கல்கள்போல அதன் விருப்பமற்ற உருவங்கள் வரைந்தது! மெதுவாக ஒழுகி இறங்கும் ஒரு ஈரம்போல அது இந்த அங்கீகாரத்தைச் சுற்றிக் கொண்டது. தன் உடம்பின் கூக்குரல்களை அடக்கிக் கொண்டு இந்தப் பின்புலம் எதையும் நினைக்காமல்,

எதையும் யோசிக்காமல், ஆசைப்படாமல் விடியலுக்காகக் காத்திருந்தது. தீர்மானமான விடியல். கூர்மையான வெளிச்சம். சிரிக்கும் சூரியனுக்குக் கீழேயுள்ள கண்களின் சாம்ராஜ்யம்.

மேலே, ஆகாயத்தில், கருமேகங்களில், மழை ஒரு தேன்கூடு போல இரைந்தது. கிணற்றின் ஆழத்திற்கு இந்த இரைச்சல், ஒரு ஜீவனைப் போல, ஒரு முழக்கத்தோடு இறங்கி வந்தது. எதிரொலியின் சாயல் படர்ந்த இயல்பு மாறிய ஒரு சத்தம் எதிரோலியின் சாயல் படர்ந்த இயல்பு மாறிய ஒரு சத்தம் கிணற்றடியில் புதிய சத்தம், முதல்முறையாக இப்படி அதன் முன்னால் தோன்றியது. பின்னர் அதன் மரணம்வரை இந்த வேடம் மாற்றிய சத்தங்களினூடேதான், ஒருமுறை ஒரு இடி முழக்கமோ, காற்றின் அசைவோ பருந்தின் ஏகாந்த ரோதனையோ ஆக இருந்த சில சத்தங்களினூடேதான், இந்தப் புதிய உலகம் அதனுடன் பேசியது.

ஒளிந்திருந்த மழை வெளியே குதித்து வந்தது. மேகங்களுக்குப் பின்னால் மிகுதியாக இரைத்த மழை சரல் கற்கள் போல அங்குமிங்கும் தெறித்து விழுந்தது. பட்டென எடுத்து ஊற்றியது போலப் பிரவகித்தது. ஆரவாரித்துப் பெய்த வட்டச்சுவற்றில் நிற்காமல் நகரும் துளிகள் அவசரமாக ஓடும் ஒரு சங்கிலியை உருவாக்கியது. சங்கிலியின் கடைசி கண்ணி தொடர்ந்து பொழிந்து கீழேயிருந்த இலைகளிலும் பிணங்களிலும் விழுந்து உடைந்தது. மழை நின்றபோது, பிணங்கள் பதறும் ரோமங்களுடன் விரைத்துக் கிடந்தன.

தவளையின் கால்களுக்கு கீழே வழிந்து மறையும் நீர் சத்தமிட்டுக் கொண்டு குமிழ்களை உருவாக்கி உடைத்தது. நிலவு அன்று இரவு மீண்டும் வரவில்லை. ஆகாயத்திலிருந்த கறுப்பு நீங்கி ஒரு புகை போன்ற வெள்ளை நிறம் தங்கி நின்றது. இதனிடையில் நிலவு மங்கலாக ஒளிர்ந்தது. இந்த நிம்மதியற்ற மேகங்களுக்குக் கீழே குளிர்ந்து கிடந்த பூமியை ஒரு மங்கலான வெளிச்சம் சூழ்ந்தது. காத்திருந்த விடியலின்

ஒரு குரூரமான மறு வரவு வெளிச்சம். வெளிச்சம் ஆனால் - அதிகாலையல்ல. பகலின் உறைவிடமல்ல. இரவின் உற்சாகமான முடிவல்ல. சாந்தமில்லாத, உணரும் ஜீவனின் சிரிப்பும், நிறங்களுமில்லாத, குளிர்ந்த வெளிச்சம். செயற்கையான அதிகாலை.

விடியலின் வெளிச்சத்திற்காக இனி காத்திருக்க வேண்டியதில்லை. இந்த வெளிச்சம் வெளிப் படுத்தியவற்றை நேராகப் பார்ப்பதுதான் உத்தமம். வெளிறிய இந்த இருட்டிலிருந்து அது தன்னுடைய புதிய உலகத்தின் எல்லைகளையும் உருவங்களையும் காட்சிகளையும் பார்த்துக் கொண்டிருந்தது. இறந்த கிணறு; குருடான கிணறு; ஒதுக்கப்பட்ட கிணறு குளிர்ந்த ஊற்றுகளை உருவாக்கமுடியாமல் தோற்றுப்போன கருவறை சிதைந்த அம்மா, அருவியில் பிறந்தவனுக்கு காய்ந்த கிணற்றில் மரணம். அருவியின் நிரந்தர பிரவாகத்தைத் தேடிப்போன இந்தத் தவளை, இப்போது இந்த காய்ந்து, உபயோகமற்ற குழியின் அடித்தட்டிலிருந்து தன்னுடைய மனநிம்மதியைத் திரும்பப் பெறுவதற்காக அதி தீவிரமாக முயற்சித்தது. இரைந்து வந்த பிரவாகங்கள், துக்கத்தின், நிராசையின் மரத்துபோன வீழ்ச்சிகள் வலிந்தும், சுருங்கியும் உள்ள நீர்ப்பரப்பு, ஒரு இருண்ட நீலநிற கிடங்கை அதன் மனதைச் சுற்றி உருவாக்கியது. நரைத்த மேகங்களிலிருந்து வெளிப்பட்ட மோசமான வெளிச்சத்தில் காண முடிந்த தன்னுடைய இந்தப் புதிய பிரபஞ்சத்தை அங்கீகரிப்பதற்கான பயனற்ற முயற்சியில் அது மேலும் சிறிது நேரம், உயர்ந்து வந்த நீர்ப்பரப்பிற்குமேல் பாறைக்குவியல்போலத் தன் மனதை உயர்த்தி நிறுத்தியது.

நிமிர்த்தி வைத்த ஒரு குழலின் அடித்தட்டில் உட்கார்ந்திருப்பவன்தான் தானென்றும், அதன் கீழ்வானம் இந்தக் குழல் வழியே காணும் ஒரு துண்டு ஆகாயம்தான் என்றும், தான் இனி பார்க்க உள்ள காட்சிகள் இந்த ஆகாயத்தின் வழியாக எப்போதாவது நகர்ந்து போகும் ஒரு

மேகத்துண்டாகவோ, வேகமாகப் பறந்து அகன்று போகும் ஒரு பறவையாகவோ இருக்கலாம் என்றும், தன் பயணங்கள் இந்தச் செத்த இலைகளுக்கும், பிணங்களுக்கும் உடைந்த பாத்திரங்களுக்கும் இடையில்தான் நடத்தப்பட வேண்டுமென்றும் அது மெதுவாகப் புரிந்து கொண்டது. பின்னர் ஒருபோதும் இந்தத் தவளை விடியலைப் பற்றிச் சிந்திக்கத் துணியவில்லை. தான் எதைப் புரிந்து கொண்டதோ அதிலிருந்து காப்பாற்றப் படுவதற்காகத் தனக்குள்ளாகவே கூவியது. உடல் முழுவதும் நெருப்பு பிடித்து எரிபவனைப் போல பரிப்ராந்தியோடு அது தனக்குள்ளே தலைகுப்புறக் குதித்து விழுந்தது.

உடல் முழுவதுமான ஒரு குலுங்கலுடன், ஒரு உதறலுடன் அது கண்களை இறுக மூடிக்கொண்டு பூமிக்குள் பதுங்கிச் சேர்ந்து அமர்ந்தது. விடியல்களும் பகல்களும் வந்து போயின. வெயிலின் நிழல்களும் அதன் வெளிச்சத் துகள்களும் நிலவொளியும் எப்போதாவது அதன்மேல் பதிந்தது. நடுநடுவே ஏதோ ஒரு பறவையின் அழுகையோ, ஒரு மனிதனின் சிரிப்போ, பசுங்கன்றின் கதறலோ ஒரு மரம் முறிந்து விழும் சத்தமோ முழக்கத்தின் ஆடையுடுத்திய உருவமும் பொருளும் மாறி கிணற்றின் உள்ளே கடந்து வந்திருந்தது. தவளை சலனமற்று ஒன்றும் அறியாமல் தனக்குத் தானே ஆலிங்கனம் செய்து, தன்னுடைய நினைவுகளைக் கட்டிப்பிடித்து, அடைத்த கண்களுடன் பதிமூன்று நாட்கள் அங்கேயே அப்படியே உட்கார்ந்திருந்தது.

நீண்ட பதிமூன்று தினங்களில் அது கிணற்றிலிருந்து பறந்து உயர்ந்து விரிந்த ஆகாயத்திலூடே அதிவேகமாகச் சிறகடித்துச் சஞ்சரித்தது. அந்நாட்களில் அது தன் நினைவுகளில் ஒரு பைத்தியத்தைப் போலப் பாய்ந்து சென்றது. அந்தக் கிணற்றின் வாயிலுக்கு வெளியே ஜொலிப்பதும் மங்குவதுமான, அந்தப் பிரபஞ்சத்தை அது பூரணமாகக் கனவில் கண்டது. புதையலுக்காகக் குழி தோண்டுபவனைப் போல மூச்சிரைக்கத் தேடியும், கிளறியும் சில இலைகளின்

வடிவத்தையும், சில கிளைகளின் அசைவையும், குன்றுகளின் மறைவையும், பறக்கும் வெண்பனியின் ப்ரத்யேக அழகையும் தூரத்தில் காணும் காடுகளின் அசைவின்மையையும் என எல்லாவற்றையும் அது மீண்டும் அனுபவித்தது. எதையும் மறக்கவில்லை. பதிமூன்று நாட்கள் நீண்ட அதன் நினைவுகள் ஓர் இறந்த தெய்வத்தைப் போல அதன் மனதில் மகத்துவத்துடன் ஒளிர்வோடு உயிர்த்தெழுந்த தெய்வத்தின் மகிமையில் அதன் கண் இமைகளுக்கு இடையில் இருட்டு ஜொலித்தது. நினைவு ஒரு தீப்பிழம்புபோல அதை நக்கித் தின்றது. புனர் நிர்மாணம் செய்த தெய்வம் ஒரு பலியைப் போல அதனை ஏரித்துத் தனக்குள் இழுத்துக் கொண்டது.

பதிமூன்றாம் நாள் இது முடிவுக்கு வந்தது. அன்று, மழைநீரில் ஊறி அழுக ஆரம்பித்திருந்த ஒரு சின்னப்பிணத்தின் துர்நாற்றம் தவளையின் மூக்கு துவாரங்களில் துளைத்து ஏறி அதை எழுப்பியது. கனவுகள் நிலைத்தன. தேவ ஆராதனை தீர்ந்தது. தெய்வம் கருங்கல்லுக்குள் மறைந்தது. அது கண்களைத் திறந்து தன்னைச் சுற்றி நின்ற கறுத்த சுவர்களைப் பார்த்தது. மரத்துப் போயிருந்தது. மேலே ஆகாயத்தின் சின்ன வட்டத்தில் மாலை நேரமெனத் தோற்றமளிக்கும் தூரத்தில் காணப்படும் சில வண்ணங்களின் பிரதிபலிப்புகள் தோன்றியிருந்தது.

பட்டென அது ஒரு பலஹீனசத்தத்துடன் மேலே எம்பி குதித்தது. ஆகாயத்தை வாரி அணைக்கப் போவதுபோல விரிந்த கைகால்களோடு, வெறித்த கண்களோடு, அது கிணற்றின் அடியிலிருந்து குதித்து உயர்ந்தது. ஆனால் பலனற்ற இயலாமையோடு கீழே வந்து விழுந்தது. உதறி எழுந்து மீண்டும் மீண்டும் ஒரு இயந்திரத்தைப் போல, கண்களைக் கிணற்றின் திறந்த வாசலில் இருந்து எடுக்காமல் அது குதித்து எழுந்தது. கிணற்றின் ஆகாயம் தொட்டு நின்ற ஓரங்கள் அதன் வலுவிழந்த கண்களின் முன்னால் உயர்வதும் தாழ்வதும் அசைவதுமாக இருந்தன. குதிப்பதற்கான சக்தி

குறைந்தபோது, அது கருங்கல் சுவர் வழியே ஏறிப் போக முயற்சித்தது. திரும்பித் தலைகுப்புற விழுந்தபோது மறுபக்கம் குருடனைப் போல் ஓடிச்சென்று தலையையும், வயிற்றையும், நான்கு கால்களையும், ஆத்மாவையும் உபயோகித்து மீண்டும் உதறி ஏற முயன்றது.

கருங்கல் அதை ஒரு பரிசுத்தமற்றப் பொருளாகத் தள்ளி நகர்த்தி, அடித்து விரட்டியது. அதன் அலையும் கால்கள் சற்று நேரம் துடித்துக் கொண்டிருந்தன. கடைசியில் மண்ணின் தாக்குதல்களும் கருங்கல்லின் கொடூரமும் ஒன்று சேர்ந்து அதை நிசப்தமாக்கியது. உடம்பு தகர்ந்து விடுவதுபோல மூச்சிரைத்துக் கொண்டே, தேம்பல்களுடன் கொஞ்சம், கொஞ்சமாக என்னவெல்லாமோ வினோத சத்தங்கள் எழுப்பிக்கொண்டு அது உடைந்த பீங்கான் துண்டுகளுக்கு இடையில் கிடந்தது. அதன் இரண்டு பெரிய கண்கள், மாலையின் மங்கலான நிறங்களால் சூட்சுமமாகச் சாயம் தேய்க்கப்பட்ட இரண்டு தீனமான குழிகள்,மேலே காணும் வட்டமான துவாரத்தை அசையாமல் வெறித்துப் பார்த்தபடி மேலும் ஒரு பருவ காலத்தையும் முடிவுக்குக் கொண்டுவந்தது.

பின்னர் மீண்டும், மூடப்பட்ட கண்களோடு நினைவிலுள்ள கனவுகளை மீட்டெடுக்க அது நடத்திய செயல்கள் பயனற்றுப் போயின. இருட்டு மட்டுமே அதன் மூடிய கண்ணிமைகளுக்குக் கீழே காவல் நின்றன. இருட்டு ஒரு கோட்டை கட்டிக்கொண்டு மனதில் உறுதியாக உட்கார்ந்து கொண்டது. நினைவுகள், அனுபவங்கள் எல்லாம் தறிகெட்டு வெளியே அலைந்தன. அவை மீண்டும் மோகங்களாக மாறி அதன் மனதில் ஒரு கோட்டையைக் கட்டியெழுப்பி இருந்தது. எனினும் அவை நிராசையின் பிரவாகங்களில் மூழ்கித் தற்கொலை செய்து கொண்டன. அந்தகாரம் கொடுத்த அமைதியையும், பாதுகாப்பையும் தவளை அங்கீகரிக்கவில்லை.

தோல்வியின் பாதையிலான பயணத்தை முடிவுக்குக் கொண்டுவர அது விரும்பவில்லை. வழுக்கும் பாறையிடுக்குகளில் எடுத்தெறியப்பட்ட ஆதரவற்றவனைப் போல அது ஒரே மையத்திற்குத் தட்டுத் தடுமாறி நகர்ந்தது. இப்போது அது தன்னுடைய முந்தைய பயணத்தின், முதல்நாள் தொடங்கி ஒவ்வொரு நாளையும் எடுத்து விடியல் முதல் விடியல் வரை நடந்த ஒவ்வொன்றையும் வேறுவேறு வகையில் விவரிக்க முயன்று கொண்டிருந்தது. ஒரு எந்திரத்தனமான முயற்சி. ஒன்றோ இரண்டோ தினங்கள் நிகழ்வுகளும் அதன் விவரங்களும் கோர்வையாக நினைவுக்கு வந்தன. பின்னர் நாட்களும் அனுபவங்களும் ஒன்றோடு ஒன்றாகக் கலந்து கரைந்தன. காலம் அதன் எல்லையற்ற திரைச்சீலையை மீண்டும் விரித்து நிகழ்வுகளை எதார்த்தமற்றவை ஆக்கின. நிறங்களும் வாசனைகளும் இயல்பிழந்து போயின. சத்தங்களும் காட்சிகளும் மெய்யறிவுகளும் எல்லாம் தன்னிடமிருந்து வேறுபட்ட, கையெட்டாத ஓரிடத்தில் இருக்கும் மற்றொரு உலகமாக மாறியது.

தண்ணீரில் குளிர்ந்த பிணங்கள் கரைந்து ஒழுகின. அழிந்து மண்ணிற்குத் திரும்பி துகள்களாகவும் தூசியாகவும் காற்றில் உயர்ந்தும் நீரில் கரைந்தும் மறைந்தன. கடைசியில் இரண்டோ மூன்றோ வெண்மையான சில எலும்புக்கூடுகள் மட்டும் மிச்சங்களாக அங்கங்கே சிதறிக் கிடந்தன.

ஒரு பாம்பினைப் போலச் சுற்றிச்சுற்றி நின்ற கல்சுவர், பாசிபடர்ந்து விசித்திர உருவங்கள் வரைந்து வைத்திருந்த கருங்கற்களென ஒவ்வொன்றும் அதனைச் சுற்றி வளைத்து நின்றுகொண்டு எல்லா பக்கங்களிலிருந்தும் உற்றுப் பார்த்து, அதனை வேதனைப்பட வைத்து, சிறிது சிறிதாகக் கொறித்துத் தின்றன. தவளையின் இதயத்திற்குள், அந்தக் குறுகிய பிரபஞ்சம் வேர்களை இறக்கி சர்வாதிகாரம் செய்ய முயற்சிகள் தொடங்கின. கரையைத் தின்னும் கடலலை

போல அதன் உள்ளே இந்த உலகத்தின் துர்நாற்றங்களும் எல்லைகளைப் பற்றிய அறிவும் அலையலையாக ஒழுகி வந்தன. தவளை தன் கடைசி முயற்சியைக் கையாளத் தொடங்கியது.

இம்முறை அதன் ஆயுதம் அதன் நாக்கு. வெகு வேகமாக மறையும் நினைவுகளை, மனதின் இருட்டினூடே எப்போதாவது பறந்துபோய்க் கொண்டிருந்த இந்த ஒளிக்கீற்றுகளை, பின் தொடர்ந்து சென்று வாரியெடுத்து, பதறும் நாக்கினால், அவற்றைக் கருங்கற் சுவரில் இங்கும் அங்குமாக வரைந்தது. நாட்கள் நீண்டு போகப்போக மனது மயங்கிய நிலையில் ஓரம் ஒதுங்கியது. அது தூரத்தில் பறந்த நினைவின் துணுக்குகளைக்கூடப் பிடித்தெடுத்து கிணற்றடிக்கு இட்டுச் சென்றது. புண்பட்ட, வேதனையில் துவளும் தன் நாவினால் தனக்குள் அகப்பட்டுக்கொண்ட கைதிகளை கருங்கல்லிற்கு நகர்த்திப் பதிய வைத்தது.

ஆனால், மிகச் சீக்கிரத்திலேயே தான் கைக்கொண்ட நினைவுகளும், தன் நாக்கு கருங்கல்லில் வரைந்த நினைவுகளும் தமக்குள், நீண்ட தூரங்கள் இருப்பதாக அது கண்டுபிடித்தது. காலம், தன் நாக்கு, இந்தக் கருங்கல் எல்லாம் தான்தான். இந்த உடம்பும் ஆத்மாவும் கொண்டு அறிந்து கொண்டவற்றிற்கு, அனுபவித்தவற்றிக்கு, உருவ மாற்றம் வந்திருக்கின்றது. அனுபவித்தவனல்ல நினைப்பவன். நினைத்துக் கொள்பவன் வெறும் நிழல் - நிழல் மட்டுமே. அது மிகக் கொடிய வேதனையில் உழன்றபடி சொல்லிக் கொண்டது.

ஆனாலும் மேலும் சிறிது காலம்கூட அது இந்தக் கருங்கல் சித்திரங்களைப் பார்த்தபடியே வாழ்ந்தது. பல நாட்கள் அது இந்தப் பிரதியெடுக்கப்பட்ட நினைவுகளை மிகுந்த விருப்பத்தோடு பார்த்தபடி, அந்த வட்டத்திற்குள் சுற்றித் திரிந்தது; அந்த மந்திர வளையத்தினுள்ளேயே இழைந்தது; உடல் சுழல மறுக்கும்வரை நகர்ந்து கடைசியில் கிணறே

அதன் முன்னால் சுற்றித் திரிய, ஓவியங்களே அசைவற்றிருந்த அதன் முன்னால் நகர்ந்து போயின.

ஓர் இரவில் மீண்டும் ஆகாயம் இருண்டது. மழை பெய்து கருங்கல்லினூடே அவசரமாக ஒழுகி இறங்கிய நீரில், பாம்புகளைப்போலத் தலை நீட்டியபடி ஓடி வந்த பிரவாகங்களில், அதன் படங்கள் - ஒரு பிரபஞ்சத்தின் நினைவுகள் அதன் மரத்துபோன கால்களுக்கடியில் நனைந்து ஒழுகியபடி, வழிந்து சென்ற நீரில் அப்பிரபஞ்சம் முழுவதும் கரைந்துபோய், மண்ணின் துவாரங்களுக்கு, பூமியின் ரகசியக் குகைகளுக்கு இறங்கிச் சென்று மறைந்து காணாமல் போயின. ஒரு உலகம் முடிவுக்கு வந்தது. பூமியின் ஆழங்களுக்குள் ஒரு உலகம் மறைந்து போனது. பாதாளத்திற்குள் வானவில்களின், பச்சை மரங்களின், மஞ்சள் பூக்களின், ஒரு உலகத்தின் சிதைவுகள் ஒழுகிச் சென்று நசிந்தன.

மறுநாள், அது தன்னைச் சுற்றிச் சூன்யமாக நிலை கொண்ட கருங்கல் சுவரையும் மேலே மேகத்தை மறைத்துக் காணப்பட்ட ஆகாயக் கீற்றையும் ஒரு வலுவற்ற உதறலுடன் பார்த்திருந்தது. அன்று மதியம் தனக்காக நகர்த்தி வைக்கப்பட்டிருந்த ஆகாயத்தில் நிறைந்து நின்ற ஜொலிப்பான ஒளியைக் கண்டு அது சூரியன் கிணற்றின் கரையின் மிக அருகிலாகத்தான் நகர்ந்திருக்க வேண்டும் எனப் புரிந்து கொண்டது. என்றோ ஒருநாள் இந்தச் சூரியன் சில மலைகளுக்கெதிராக அதன் முன்னால் நெய்து காட்டிய ஒரு ஜொலிக்கும் முழுவட்டம் ஒரு நிமிடம் அதன் உள்ளிருட்டை அகற்றி மறைந்தது. பின்னர், முழு இருட்டு அதன் ஆத்மாவைச் சுற்றிக் கொண்டது. பிரித்தறிய முடியாத இருட்டு. விழித்த கண்களுடன் தவளை, சூரியன் என்றேனும் ஒருநாள் தன் ஆகாயத்திற்கு நகர்ந்து வருவதைப் பார்க்கக் காத்திருந்தது. ஆனால், தினந்தோறும் ஆகாயத்தின் ஒளி இருண்டு வந்தது. சூரியன் கிணற்றின்

ஓரங்களையும் விட்டு தெற்கே ஏரிகளின், சமுத்திரங்களின் மீதாக அகன்று போனது.

அப்போது அது தன் தலையைத் தாழ்த்தி, சிதறிக் கிடந்த எலும்புகளுக்கிடையில் நகர்ந்து சென்று கருங்கல்லின் ஒரு பிளவுக்குள், அதன் அந்தராள ரகசியங்களுக்குள் தன் உடலை ஏற்றிவிட்டது. அங்கேயிருந்த இருட்டில் மண்ணிலும் கருங்கல்லிலுமாகத் தன் உடம்பை அழுத்திவைத்து, செத்த இலைகளின் நாற்றம் தன்னைப் பின்தொடர்ந்து வந்ததைச் சுவாசித்தபடி அது சின்னதாக ஒருமுறை விம்மியது. பின்னர் அதன் விகாரமான குரலில் திரும்பத் திரும்ப 'இதுதான் உலகம். இதுதான் என் உலகம். இது மட்டும்தான். வேறு உலகம் இல்லை' என்று சொல்லிக் கொண்டிருந்தது. சிறிது நேரத்தில் எல்லாம் நிசப்தமானது.

ஒரு குறுகலான இடம்

ரொம்ப நாட்கள் முன்பு ஓர் ஓடையின் உயரமான வரப்பின் ஒரு பக்கத்து புல் நிறைந்த பெரிய இடைவழியினூடே அஸ்தமனத்திற்கு ரொம்ப முன்பாகத் தினமும் வீட்டிற்கு நடந்து போய்க் கொண்டிருந்த ஒரு பையன் வாழ்ந்து வந்தான். புற்களின் இளம் வேர்களில் இடவப்பாதியின் ஓயாத மழைக்காலத்தில் நீர், கொழுத்து நீண்ட துளிகளாக வேரின் மெல்லிய மருந்து ருசியோடு வெயிலில் பளபளத்துத் தொங்கிக் கொண்டிருந்தது. இவை எப்போதும் இனிமையான காட்சிகளாகவே இருந்தன. வளைந்தும் திரும்பியும் பாயும் ஓடை. சில வளைவுகளில் நீர் வரப்பை உருவாக்கியும் கொறித்துத் தின்றுமிருந்தன.

இங்கெல்லாம் மேலே குறிப்பிட்ட பையன், இடிந்த வரப்பிலிருந்து கீழே அந்தத் திட்டைத் தாண்டிக் குதித்து நீரையும் சேறையும் குறுக்கே கடந்தோ, புத்தகக்கட்டையும் குடையையும், சோற்று வாளியையும் வரப்புத் திட்டின்மீது வைத்துக் குதித்தோ வரப்பின் இடிந்த இடம் முடியும்வரை வயலுக்குள்ளேயே நடந்தோதான் சென்று கொண்டிருந்தான்.

நிக்கருக்கு மேலே கையில்லாத சட்டை போட்டிருந்த, தடிமனான பையனாக இருந்தான் அவன். உருண்டையான முகம். பெரிய கன்னங்கள். கனமான வெளுத்த கால்கள்.

அவனுடைய போவதும் வருவதுமான செயல்களில் காணப்பட்ட முக்கியமான வித்தியாசம், பித்தளைத் தூக்கு வாளியின் கனத்தில்தான் இருந்தது. போகும்போது புத்தகம் பிடித்திருந்த முழங்கையில் நேராகத் தொங்கவிட்டுக் கொண்டுபோன பாத்திரம், வரும்போது இடது கையின் விரல்களில் தொங்கி ஆடியும், வட்டமிட்டுச் சுழன்றும்தான் பயணம் செய்தது. மாற்றி மாற்றி பல நிறங்களிலுள்ள முனைகளால் எழுதக்கூடிய பேனாதான் இப்போது இவனுடைய மிகப் பெரிய ஆசை.

மழை அதிகமாகப் பெய்யும் தினங்களில் ஓடையின் வரப்பு வழியிலுள்ள பயணம் விலக்கப்பட்டிருந்தது. இது இவனுடைய வீட்டிலுள்ளவர்களால் விலக்கப்பட்டிருந்தது என்பது நிஜம்தான். ஆனால், கூடுதலான சொந்த அனுபவங்களிலிருந்து கிடைத்த அறிவின் அடிப்படையில் இவனே நடைமுறைப்படுத்திய விலக்குதான் வழி மாற்றத்திற்கு அடிப்படைக் காரணம். அதாவது மழையில் நிறைந்த நீர்நிலைகளை நிமிடத்தில் ராட்க்ஷசனாக்கும் ஓடையின் திமிர் பிடித்த பாய்ச்சலுக்கு முன்னால் மனதைரியத்துடன் மழையில் நனைந்தபடி வரப்புத் திட்டில் ஏறி வயலினூடே வழியில்லாக் காடுகளில் முள்ளு மிதித்து நடப்பதைவிட சொந்த விருப்பங்களுக்கு மாற்றாக, கொஞ்சநஞ்சம் மன நிம்மதிக்குத் தேவையான சில நியாயங்களுடன் வீட்டு ஆட்களின் விலக்கை நடைமுறைப்படுத்த சுயம் அனுமதிப்பதுதான் நல்லது என்று இவன் தீர்மானித்திருந்தான்.

இவன் கைவசம் எப்போதும் ஒரு குடையும் இருந்தது. ரொம்ப அழகானது என்று அங்கீகரிக்க முடியாத ஒரு பெயரைத்தான் அவனைப் பெற்றவர்கள் வைத்திருந்தார்கள்.

முக்கியத்துவமற்ற ஒரு மூன்றெழுத்துப் பெயர். இந்தப் பெயரை யோசித்தவர்கள்மீது இவனுக்குக் கடுமையான கோபம் இருந்தது நிஜம்தான். முன்பு சொன்னது மட்டுமின்றி இவனுக்கிருந்த மிகப்பெரிய வேறொரு விருப்பம் அழகும் நீண்டதுமான வேறொரு பெயர்தான் என்று சொல்லலாம். தன்னுடைய அழகில்லாத பெயரை மாற்றித் தான் வேறொரு நல்ல ஆளாக மாறும் காலம் இவன் மனதில் பல சமயங்களில் தோன்றிக் கொண்டிருந்தது. அது மட்டுமல்ல, இவனுடைய வெளுத்த உடம்பில் அங்கங்கே எப்போதோ சொறி வந்து பழுத்துக் காய்ந்து போனதின் கறுப்பு வடுக்களும் காணப்பட்டன. இவையும் இவனை மிக அதிகம் வருத்தியது.

வேனில் காலத்தில் ஒருநாள் இவன் ஓடைக்கரை வழியாக ஒரு முக்கிய விஷயத்தைப்பற்றிச் சிந்தித்துக் கொண்டே பள்ளிக்கூடத்திலிருந்து நடந்து வந்து கொண்டிருந்தபோது வலதுகால் பெருவிரல் ஒரு கல்லில் இடித்தது. அது அவ்வளவு சுபமான செயலாக அவனுக்குத் தோன்றவில்லை. காரணம், வலதுகால் இடித்தால் கோல் முன்னால் என்பது இடதுகால் இடித்தால் இலை முன்னால் என்பது போன்ற ஒரு நித்ய சத்யம் மட்டும்தான்.

அதனால் இவன் முக்கியமான இந்தப் பிரச்னைக்கு ஒரு முழுமையான சந்தேக நிவர்த்தி வரவழைப்பதற்காக, வட்டவட்டமான சிறிய இலைகளுடன் இந்தத் தேவைக்கு முக்கியமானதாக நிலத்தில் படர்ந்து வளர்ந்திருந்த ஒரு செடியிலிருந்து ஒரு இலையைப் பறித்தெடுத்து ஊதிப் பறக்கவிட்டு அது விழுவதை மிக கவனமாகப் பார்த்திருந்தான்.

இலை தலை குப்புறவும், சுற்றித் திரிந்தும் உட்பக்கம் வெளியே தெரியும்படி விழுந்தது. இது மனக்குழப்பம் உண்டாக்கக் கூடியதாகவே இருந்தது. காரணம், இலை உட்பக்கம் வெளியே தெரியும் படியாக விழுந்ததன் பொருள் வலதுகால் இடித்ததன் பொருளுக்கு எதிரானதாக இருந்தது.

இதைப்பற்றித் தீவிரமாக யோசித்தபடி இவன் கல்லைப் பொறுக்கி தேங்கி நின்ற நீரிலிருந்த இலைகளை இலக்காக்கி எறிந்துகொண்டே வேகமாகவும் நடந்தான். வேனிலில் ஓடை இரு கரையும் நிறைந்துதான் ஓடிக்கொண்டிருந்தது.

புல் வளர்ந்திருந்த மணல் திட்டுகளுக்கு இடையிலாக, பாசியும் எண்ணெயும் சேறும் கலந்த நீர் வலுவற்று ஓடிக் கொண்டிருந்தது. சில குட்டைகளில் பல வயதினரான பெண்கள் குளிப்பதோ, துணி துவைப்பதோ, முடி உலர்த்துவதோ தங்களின் கட்டளைப்படி விளையாடிக் கொண்டிருக்கும் குழந்தைகளைத் தாட்சண்யமின்றிக் குளிக்க வைப்பதோ செய்து கொண்டிருந்தது நான்கு மணி என்ற மிகத் துல்லியமான நேரம் ஓடையை அடைந்திருக்கிறது என்பதைச் சுட்டிக் காட்டியது. பாதி உடை உடுத்தவர்களும், தலைமுடியை அவிழ்த்துப் போட்டவர்களும் சீயக்காய் தேய்ப்பவர்களுமான அவர்கள் இவனுடைய கவனமற்ற கண்களில் பட்டிருந்த, பூமியின் இயற்கைக் காட்சிகள் மட்டுமாக இருந்தனர். இந்த யுவதிகளும், கிழவிகளும், குழந்தைகளும் இவனுடைய கண்களில் அர்த்தமற்ற உருவங்களாக இருந்தனர் என்பது போலவே இவனும் அவர்களின் கண்களுக்கு மிகுந்த கவனமும் அறிவுகள் நிறைந்ததுமான கண்களின் உலகத்தில் வெறும் ஒரு நகர்ந்து செல்லும் உருவம் மட்டுமே என்பது இவனுக்குத் தெரிந்திருந்ததா, அது இவனைப் பாதித்ததா என்பது பிரச்னையல்ல.

அதெல்லாம் பின்னால், காலத்தின் மந்திரக்கோலின் கீழே, இவனுடைய மூளையில் ஆணி ஆணியாய் அடித்து வைக்கப்பட்ட அறிவுகளே. சில வேளைகளில் சிலரது எண்ணெய் தேய்த்து பளபளப்பதும், அசாதாரணமாகப் பெரியதாகத் தோன்றுவதுமான முலைகள் எதிர்பாராத விதமாக இவனை ஆச்சரியப்பட வைத்திருந்தது. தன் கவனம் இவற்றில் பதியும்போது கொஞ்சமாவது அழகுள்ள

ஒன்றாகத்தான் இவன் இந்தக் காட்சியைக் கண்டிருந்தான். பெண்களில் இரண்டு பேரைத்தான் இவன் கவனிக்கவோ, நட்புக்கு அருகதையுள்ளவராகவோ எண்ணியிருந்தான். அதில் சுசி அவனுடைய சித்தப்பாவின் மகள். லட்சுமிகுட்டி இவளுடைய வகுப்பில் படித்துக் கொண்டிருந்த சுருட்டை முடியுள்ளவள். இருவருக்கும் முலை பெரிதாக இல்லை.

சமீபத்தில் கற்றுக்கொண்ட கலையென்ற நிலையில் இவன் விசிலடிப்பதில் நல்ல திறமையை வளர்த்துக் கொண்டது கவனிக்கத்தக்கது. தன்னோட அண்ணனுக்கும் அண்ணனோட நண்பர்களுக்கும் மட்டுமே கொடுக்கப் பட்டிருந்த இந்தத் திறமையை நிறைய துன்பங்களுக் கிடையேதான் இவன் கற்றுக் கொண்டான். அவர்களுடைய அதிஉன்னதமான கௌரவத்திற்கு முன்னால் தன் கௌரவத்தை அடகு வைத்து நாக்கினுடையதும் உதடினுடையதுமான சில ரகசியச் செயல்களைக் கற்றுக்கொள்ளபட்ட அவமானங்களை மறந்தாலும் (அவ்வளவு சீக்கிரத்தில் மறந்துவிடக் கூடியதல்ல) இதற்குப் பிறகு ஏகப்பட்ட நாட்கள் தொடர்ந்து தான் அனுபவித்த உதடுகளின் வலியும், மனதின் தோற்றுப்போன எண்ணமும் நிராசையும் கடுமையான துக்கமும் மறப்பது கடினமாக இருந்தது.

ஒரு வைராக்யத்தோடு முழுகவனத்தையும் அதைக் கற்றுக் கொள்ள, திருப்பி விட்டதன் பயனாக இன்று ஏதோ ரொம்ப நல்லாவே இவனால் விசிலடிக்க முடிகிறது. ரொம்ப தூரத்திற்குக் கேட்கும்படியாக, சில செய்திகளையும் இவனால் சீட்டி அடித்துச் சொல்ல முடிகிறது என்று நாம் ஒரு முக்கிய உதாரணத்தின் வழியாக அறிய முடிகிறது. அதாவது ஒரு மாதம் முன்னர் இவன் ஒரு நாள், ஓடை வரப்பை விட்டுத் திரும்பிப் படர்ந்து மூடி நிற்கும் மரங்களுக்குக் கீழே ஒரு குன்றில் ஏறும்போது, முதல்முதலாக சந்தேகமில்லாமல், தெளிவாக ஒரு சீட்டியொலியை எழுப்பினான் என்பதுதான் அந்த நிலைமை. இதில் இவனுக்கு மிகுந்த கௌரவமும் திருப்தியும் இருந்தது.

இந்த வழியில் முன்னேறி மிகக் குறுகலான ஒரு சந்து வழியாகப் போய், ஒரு சிற்றோடையில் இறங்கிக் கடந்து இவனுடைய பக்கத்து வீட்டுத் தோட்டத்தில் நுழைந்திருந்தான். இந்தத் தோட்டத்தில்தான் இவன் நண்பன் வசித்திருந்தான். நண்பனின் தோட்டத்தைச் சுற்றி ஒரு மணிமருதமரத்தின் கீழிருந்துதான், பெரிய ஓடையில் கலந்திருந்த இந்தச் சிற்றோடை மேலேயிருந்து இவனுடைய தோட்டத்தைச் சுற்றித்தான் ஓடிக்கொண்டிருந்தது. இவனுடைய தோட்டத்தின் அருகிலேயே ஒரு கடவு இருந்தாலும், பொதுவாக, நண்பனின் வீட்டிற்குக் கீழே இரண்டு குன்றுகளுக்கு இடையில் பரந்தும் உயர்ந்தும் காணப்படும் கற்பாறைகளுக்கு உள்ளே உள்ள குட்டையின் தான் மீன்பிடிப்பது, மண்வீடு கட்டுவது, தண்ணீரில் மூழ்கிக் குளிப்பது என்பதெல்லாம் நடந்தன. இந்தக் குட்டைக்குக்குத் தண்ணீர் ஒரு அருவியைப் போல விழுந்திருந்தது என்பது மட்டுமின்றி, இங்கே வேறெல்லா இடங்களை விடவும் அதிக நீர் இருந்தது என்பதும், முன்பு ஒரு பெண், இங்கே தலைசுற்றி விழுந்து மூழ்கி இறந்திருக்கிறாள் என்ற சுவாரசியமான அறிவும் அதன் கவர்ச்சியை அதிகரிக்க உதவியது. நீர்வீழ்ச்சியின் உள்சுழியில் பட்டு குறுகி, கதியற்று நுங்கிலும் நுரையிலும் அங்கேயும் இங்கேயும் நீந்திக் கடந்த ஒரு வெளுத்த உருவம்.

அதுமட்டுமல்ல இந்த இடம், இவனுடைய வீட்டிலிருந்து தூரத்திலிருந்தது. தன்னைவிடச் சுதந்திரம் உள்ளவனாயிருந்த நண்பனுக்கு, குளியலறை சொந்த வீட்டுக்கருகில்தான் என்பது ஒரு தீராதபிரச்னையா இருக்கவில்லை. ஆனால் குளிப்பதற்கும் அதன் தொடர்புடைய செயல்களுக்கும் எதிராக இவனுடைய அப்பாவும் அம்மாவும் ஏற்படுத்தியிருந்த விலக்குகளை யோசித்தால் இவனைப் பொறுத்தவரை இந்த தூரம் வசதியாகத்தான் இருந்தது.

குட்டையின் பக்கத்தில் உயரமுள்ளதும், நிறைய பாசி பிடித்ததும் ஒரு பெரிய கல்லை உருட்டி ஏற்றியபிறகு

தள்ளிவிட்டால், தொடர்ந்து உண்டாகும் விதவிதமான கோலாகலங்களைக் கண்டும் கேட்கும் நிற்க உதவுவதுமான ஒரு சின்னப் பாறையும் இருந்தது. இதையெல்லாம் கணக்கிலெடுத்த பிறகு இவனுடைய பெற்றோர் இவனை இந்தக் குட்டையில் அவனுடைய நண்பனுடன் சேர்ந்து குளிப்பதிலிருந்து முழுவதுமாக ஒதுக்கியிருந்தார்கள். இது மிகவும் அநியாயமும், சந்தோஷத்திற்கு முடிவு கட்டுவதுமான ஒன்றாக இவன் தீர்மானித்ததன் முடிவில் தன் நண்பனுடன் ஒரு ரகசிய முடிவு எடுக்க வேண்டிய நிர்பந்தத்திற்கு இவன் ஆளானான்.

அதனால், இவன்தான் பாதையை நண்பனின் தோட்டத்தின் குறுக்கே கடந்து, ஒரு படியிறங்கி இந்தச் சிற்றோடையின் கரையோர மரங்களின் கீழாகவும், மறுக்கப்பட்டிருந்த குட்டையின் மேலே உயரத்தில் காம்பவுண்டுச் சுவருக்கருகே இடுக்கானதும், இருட்டானதுமான இடத்தின் வழியாகவும் கடந்தான் என்று புரிந்து கொள்ளலாம். இந்தக் குறுகலான இடத்தின் காம்பவுண்டுச் சுவரை ஒட்டியிருந்த ஒரு பாறையில் சாய்ந்து நின்று சீட்டியடித்து தன் நண்பனைக் கூவி அழைத்திருக்கிறான் என்பதுதான் இவனுடைய முக்கியமான ரகசியம். ஆனால் நீர்வீழ்ச்சியின் சத்தம் அதிகமாகும் மழைக்காலத்தில் தோட்டத்தின் வழியாக நடந்து வரும்போதே, நடுநடுவே, யாரும் புரிந்துகொள்ள முடியாத விதத்தில் சீட்டி அடித்துக் கொண்டிருந்தான். இதுபோன்ற வேளைகளில் இவன் வந்தவுடன் நண்பனும் வந்துவிட ரகசிய ஆலோசனைகளில் மூழ்கினர். இந்த மேன்மைமூலம் சிலவேளைகளில் வேனில்காலங்களிலும் இது போன்றே தொடர்ந்தார்கள்.

இவனது வலதுகாலின் பெருவிரல் கல்லில் இடித்தநேரம், இவன் சிந்தித்திருந்த முக்கிய விஷயம் மிகவும் கௌரவமான, ஆக்கபூர்வமான, ஜீவகாருண்யம் கலந்ததுமான ஒன்று. வற்றத் தொடங்கியிருந்த மேலே சொல்லப்பட்ட குட்டையின் பாசி

படர்ந்த தண்ணீரைச் சிரட்டையால் மொண்டு வெளியேற்றி அதில் இருக்கக் கூடிய பலவித மீன்களைப் பிடித்துத் தன் தோட்டத்தின் மூலையிலுள்ள கிணற்றில் போடுவதைப் பற்றித்தான் இவன் யோசித்திருந்தான். இது பரம ரகசியமாக வைத்திருக்க வேண்டிய ஒன்று. இந்த நேரத்தில்தான் காலில் அடி பட்டிருக்கிறது. இலைக் கட்டிவைத்து செய்த மருத்துவம் கூடுதல் சிந்தனைக் குழப்பத்தை உருவாக்கியவுடன், இவன் உச்சமாகச் சீட்டியடித்துக் கொண்டு பட்டென நடக்கத் தொடங்கினான்.

சோத்துவாளியை இரண்டு மூன்றுமுறை வானத்தில் எறிந்து பிடித்தான். மூன்றாவது முறை எறிந்தபோது பிடி நழுவி தரையில் விழுந்தது. பாத்திரம் நெளிந்தது, கூடுதல் அசௌகரியத்திற்கு இடமானது. அதனால் மிக அவசரமாகத் தன் நண்பனைப் பார்க்க வேண்டிய தேவை வந்தது இவனுக்கு. இவன் வீட்டில் இவனுடைய அம்மாவும், அப்பாவும் சில தினக்கூலிக்காரர்களும், ஒரு கறுப்பான வேலைக்காரனும், விடுமுறை நாட்களில் பெட்டியுடன் வரும் ஒரு அண்ணனும், சிவப்பின்மீது நீலப்பூக்கள் உள்ள பாவாடை உடுத்த ஒரு சகோதரியுமே இருந்தார்கள்.

இவனுடைய நண்பனுக்கு இந்த விஷயத்தில் சில நன்மைகள் இருந்தன. உதாரணமாக, இவனுடைய சித்தப்பா வீட்டில் தங்கியிருந்த பாட்டியை இவனும் சகோதரியும் எப்போதாவதுதான் சந்திக்க முடிந்தது. ஆனால் நண்பனைப் பொறுத்தவரை, அவனுடைய சித்தப்பாவும் சித்தியும் அவர்களின் மோளி என்ற மகளும் அவனுடைய வீட்டிலேயே வசிந்திருந்தனர் என்பது மட்டுமல்ல, அவனுடைய தாத்தாவும், பாட்டியும்கூட அவன் வீட்டில்தான் இருந்தனர். இது துச்சமாக எண்ணிவிட வேண்டிய விஷயமில்லை.

நண்பனின் தாத்தா, உயரமாக, கைகளில்கூட நரைத்த ரோமங்களும், எலும்புகள் துருத்திய முகமும், நெல்லும் பழக்குலையும் இருக்கும் பத்தாயத்தின் வாசனையுடன், ஒரு

பெரிய கோலும் உடையவராக இருந்தார். இந்தத் தாத்தா வேட்டியை மடித்துக் கட்டும்போதெல்லாம் கோவணத்தின் அகலமுள்ள வால் வெளியே தொங்கிக்கொண்டிருந்தது. தாத்தாவைப் பொறுத்தவரை தன்னை மிகவும் கவர்ந்த வேறொரு விஷயமிருந்தது. பல வேளைகளிலும் இவன் ஓடையில் குளித்துக் கொண்டிருக்கும்போது தாத்தா ஓடைக்கரையில், அல்லது தோட்டத்தில் வெளிக்கிருந்தபிறகு படியிறங்கி ஓடையில் கழுவிக் கொள்வார். தாத்தாவின் பெரிய கைகளும், உயர்த்திப் பிடித்த கோவணமும், வழுக்கையும், நிர்வாணமும் பார்த்தால் வெட்கப்பட வேண்டிய ஒன்றுதான் எனினும் அவர் சிறிதும் வெட்கப்படவில்லை. மாறாக இவனிடம் தாத்தா இந்தச் சந்தர்ப்பங்களில்கூடப் பேசினார்.

இவனோ எப்போதும், கால் கழுவுவதற்காக ஒரு சொம்புடன் வீட்டின் பின்னால் ஒரு மறைவிடத்திற்குத்தான் போய்க் கொண்டிருந்தான்.

இவன் ஒரு நாள் இப்படிக் கழுவும்போது இவன் சகோதரி இதைக் கண்டுபிடித்து, காரணமில்லாமல் சிரித்து அலறியபோது அவன் கடுமையான கோபத்தோடும் துக்கத்தோடும் படபடத்து எழுந்தான். நனைந்த கையுடன் சகோதரியை அடித்துத் துன்புறுத்த ஓடியிருக்கிறான். தாத்தா சாராயம் குடிச்சிட்டு வந்தால் ராத்திரியில் இவனுடைய வீட்டில் கேட்கும்படியாகச் சில சத்தங்களும் அலறல்களும் எழுப்பிக் கொண்டிருந்தார். தெளிவற்ற கூக்குரல்கள். இந்த கூக்குரல்களுடன், மறுநாள் தாத்தாவை இணைத்துப் பார்க்க முயற்சிப்பது சரியென்று தோன்றாததால், தாத்தாவை இந்த வேளையில் இரண்டு ஆட்களாக, ஒரு அன்னியனாகத் எண்ணியதனால் இவன் இந்தக் கூக்குரல்களைக் கொஞ்சமும் விரும்பியிருக்கவில்லை. அதுமட்டுமல்ல, சில வேளைகளில், தன் நண்பனுடனான சினேகிதத்தைப் பற்றித் தாத்தா தன்னோட அம்மாவிடம் ஏதாவது

சொல்லியிருக்கிறாரோ என்ற சந்தேகம் இவனுடைய மனசில் பலமுறை தோன்றியிருந்தது, என்றாலும் பொதுவாகச் சொல்வதாக இருந்தால் தாத்தாவுடன் ஒரு ரம்யமான உறவைத்தான் அவன் கொண்டிருந்தான்.

இவற்றையெல்லாம் சிந்தித்தபடிதான் இப்போது ஓடையின் கரையை விட்டு, குன்றேறி, சந்து வழியாகச் சென்று கொண்டிருக்கிறான். பேரைச் சொல்லி சீட்டியடிப்பது முற்றிலும் மறுக்கப் பட்டிருந்தது. ஏதாவது ஒரு பாடலின் இரண்டு வரிகளைத் திரும்பத்திரும்பச் சீட்டியடிப்பதுதான் பிறரின் கவனத்தைக் கவராமலிருக்க மிகவும் சரியென்று பட்டது. அதன்படி, 'வாழ்த்தப்பட்டவனாகட்டும் தெய்வம்' என்ற பாட்டைச் சத்தமாகச் சீட்டியடித்தபடியே இவன் தோட்டத்தின் வழியாகச் சிற்றோடையை நோக்கி நடந்து வந்தான். வேனில் காலமாக இருந்ததால் இப்போதே சீட்டியடிக்கத் தேவையில்லாமல் இருந்தது. ஆனால் சிறு கவனமும் மனதில் கொள்ள வேண்டி இருக்கிறது. நண்பனின் வீட்டின் பழமையான காப்பிச் செடிகளால் பாதி மறைந்திருந்த முன்பக்கத்தைப் பார்க்க முடிந்தது.

பதிலுக்குச் சின்னதாகச் சீட்டியடித்தபடி நண்பன் திண்ணையின் கொடியிலிருந்து துண்டையெடுத்து முற்றத்திற்குக் குறுக்காக நகர வேண்டிய நேரம் இடந்து விட்டதாகத் தோன்றியது. ஆச்சரியத்தோடு இவன் ஓடையில் இறங்கி, இன்னும் சத்தமாகச் சீட்டியடித்துக்கொண்டு, குளத்தின் மேலேயுள்ள இடுக்கான இடத்தையடைந்து, கீழே குளத்தருகே சென்று, கொஞ்ச நேரம் குழைந்து நிறம் மாறிய நீரை ஒரு கோலினால் கலக்கி எதையோ சோதனை செய்த பிறகு மீண்டும் வந்து காம்பவுண்டுச் சுவரை ஒட்டியிருந்த பாறையில் சாய்ந்து நின்றான். இன்னும் ஒரு மாதம் கழிந்துத் தொடங்க வேண்டிய மழைக்காலத்திற்குத் தொடக்கமாக மேற்கே சில மங்கிய மேகங்கள் கூடியிருந்ததால், இந்த மரங்களின் கீழேயுள்ள இந்த இடுக்கான இடத்தில்

அசாதாரணமான ஓர் இருட்டு சூழ்ந்தது. இந்தச் செயற்கை மாலை இவனைச் சோர்வடையவும், இருப்பு கொள்ளாதவனாகவும் ஆக்கியது. நேரம் அகாலத்தில் இருண்டு இவனைக் குழப்பியது. மீண்டும் சீட்டியடிக்க இவன் சோம்பினான். அந்த மரங்களின்கீழே தங்கி நின்றிருந்த இருளில் தன்னுடைய சீழ்க்கை ஒலி ஒரு அலறலாக மாறலாம் என்று அவனுக்குத் தோன்றியது.

இருட்டிலோ மாலையிலோ சீட்டியடிக்கக் கூடாதென்று யாருக்குத்தான் தெரியாமல் இருக்கிறது? மாலையில் சீட்டி அடித்தால் என்ன உண்டாகும் என்பது இவனுக்குத் தெரியாமல் இருந்தாலும், ஏதாவது நடக்கும் என்பது நிச்சயம்தான். இருட்டில் சீட்டியடித்தால் என்ன நடக்கும் என்பதைக் கேட்டுத் தெரிந்து கொள்ளவே பயமாயிருந்தாலும், தைரியத்தைக் கூட்டி விசாரித்தபோது, விளக்கமற்ற, ஆனால் பயங்கரமான தெளிவற்ற பதில்கள் தான் கிடைத்தன. தன்னைச் சுற்றியிருந்தது இருட்டல்ல, மழைமேகம் உருவாக்கிய மங்கல் மட்டும்தான் என்று இவன் தனக்குள் சொல்லிக் கொண்டான். அது மட்டுமல்ல, ஒரு வேளை, மழை பெய்வதாயிருந்தால் குளத்தின் நீரை அள்ளுவது கஷ்டமாகி விடுமென்றும் கவனத்தில் கொள்ள வேண்டியிருந்தது.

அதனால் இவன் பாறையில் ஏறி நின்று காம்பவுண்டுச் சுவரின் மேலே தலையைத் தூக்கி இனியும் நண்பன் வருகிறானா என்று பார்த்தபிறகு பாறையிலிருந்து இறங்கி நின்று தன் நண்பனின் மறைந்திருக்கும் வீட்டைக் குறி வைத்து மீண்டும் மீண்டும் உச்சத்தில் சீட்டியடித்தான். கொஞ்ச நேரம் கையிலிருந்த சோத்துவாளியைத் தூக்கிப் போட்டு குலுக்குவதும், ஒரு பச்சிலையைக் கடித்து மெல்லுவதுமாக இருப்பு கொள்ளாமல் காத்துநின்ற பிறகு மீண்டும் வானத்தைப் பார்த்து உரக்கச் சீட்டியடித்தான்.

இந்த நேரத்தில் நண்பனின் வீட்டு வராந்தாவில் கட்டிலில், கொடியில் தொங்கிக் கொண்டிருந்த துணிகளுக்குக் கீழே படுத்திருந்த தாத்தாவின் சூடு தணியாத பிணத்தைச் சுற்றி அறையிலும், திண்ணையிலுமாக ஆட்கள் சூழ்ந்து நின்று கொண்டிருந்தார்கள் என்பது இவன் அறிந்திருக்கவில்லை. தன் சீழ்க்கை ஒலி திரும்பத் திரும்ப சென்று சேர்ந்தது, இந்த மரணத்தின் நிசப்ததத்தின்மீதும், உச்சத்தில் கேட்கும் ஜெபங்களுக்கும் மெல்லிய தேம்பல்களுக்கும் இடையில்தான் என்பதை இவன், இந்த மீன் பிடிப்பவன் அறிந்திருக்கவில்லை.இவனுடைய சீழ்க்கை இவனின் நண்பனின் காதுகளில் ஒரே நேரத்தில் பரிச்சயமானதும், பரிச்சயமற்றதுமான அர்த்தமற்ற சத்தமாகப் பதிந்தது என்றும் இவன் அறியவில்லை.

நீலநிற பாண்ட்டும் வெள்ளை அங்கியும் அணிந்த குண்டான இவன், இந்த ஏழு வயதுக்காரன், இந்தக் குழந்தை, தன்னைச் சூழும் செயற்கை வெளிச்சத்தில் நின்றபடி பதில் வராமல் மேலும் சிறிது நேரம்கூடச் சீட்டியடித்த பிறகு, நிராசையுடன் வறண்ட ஓடையின் ஓரமாக மெதுவாக நடந்து, பூத்து நின்ற ஒரு செண்பக மரத்தின் ஓரமாக இருந்த படி ஏறி தன் வீட்டிற்குச் சென்றான். காப்பி குடித்துக் கொண்டிருந்தபோது கறுத்த வேலைக்காரன் இவனுடைய நண்பனின் தாத்தா இறந்து போன விஷயத்தைச் சொன்னான். இவன் கையிலிருந்த டம்ளரிலிருந்த காப்பி காப்பியாகத் தோன்றவில்லை. சர்க்கரையும், சட்னியும் கலந்து வைத்திருந்த தோசையைத் தொடப் பிடிக்கவில்லை. வாயில் தங்கி நின்ற இனிப்பு சகிக்க முடியாததாகிவிட்டது. மரணத்தின் ருசி இவனுடைய நாக்கிலும் மூக்கிலும் நுரைத்து எழுந்தது. இவன் குனிந்து அமர்ந்து கலசம் நாற்காலியிலும் தரையிலுமாக வாந்தியெடுத்ததானால் ஓரிரு துளி நீர் கண்முனைகளில் துளிர்த்தது.

இந்தக் கோலாகலங்கள் சமையலறைக்குப் பலரையும் வரவழைத்தது. கடைசியில் பாண்ட்டும், ஜிப்பாவும்

அவிழ்த்து ஒரு வேட்டி கட்டப்பட்டு கட்டிலில் படுக்க வைக்கப்பட்ட இவனுடைய காதுகளில் கட்டுப்படுத்த முடியாத சீழ்க்கையொலிகள் இரைச்சல் உண்டாக்கிக் கொண்டிருந்தன. தான் நின்றிருந்த இடுக்கான இடத்தின் இருட்டைப் பற்றியும், தான் சீட்டியடித்தபோது மிக அருகே பதுங்கியிருந்த மரணத்தைப் பற்றியும் யோசித்தபடி இவன் கட்டிலின் நடுவில் நகர்ந்து படுத்தான்.

ஒரு மரணமடைந்த மனிதனின்மீது பரவியபடியும் மரித்த காதுகளை அதிரச் செய்ததுமான சீட்டிகை ஒயாலிகள் மீண்டும் மீண்டும் திகட்டி வந்து இவனுடைய தலைக்குள்ளே கலங்கிக் கொண்டிருந்தன. பரவிக் கொண்டிருந்த இருட்டில் இவன் படுத்திருந்த அறை வளர்ந்து வானம்வரை பெரிதானது. இவன் ஒரு எறும்பளவு சிறிதானான். அறையில் நின்று உரக்க ஏதோ சொன்ன சகோதரியை அழுது அலறிக்கொண்டு மௌனமாக்கிய பிறகு இவன் தன் காதிலிருந்து விட்டொழியாமல் இருந்த சீழ்க்கையொலியை நிசப்தமாக்க முயற்சித்துக் கொண்டிருந்தான். பின்னர் ரொம்ப நாட்கள் வரை சிற்றோடையின் கரையோர மரங்களுக்குக் கீழே மங்கலான வெளிச்சத்தில் இவன் கறுத்த வேலைக்காரனின் துணையோடுதான் போய்க்கொண்டிருந்தான்.

அல்ஃபோன்சாம்மாவின் மரணமும் இறுதிச்சடங்கும்

மரணமடைந்தவுடன் அல்ஃபோன்சாம்மா ஆசுவாசமான ஒரு நீண்ட பெருமூச்சு விட்டபடி கட்டிலிலிருந்து எழுந்தாள். நோய்வாய்ப்பட்டுப் படுத்திருந்த அந்த அறையின்மீது ஒரு வண்ணத்துப்பூச்சியைப் போலப் பறந்தாள். தன் உயிரற்ற உடலின்மீது கண்களை ஓடவிட்டாள்.

அதைச் சுற்றிலும் தன் சகோதரிகளான கன்னியாஸ்திரீகள் கண்ணீருடன் பிரார்த்தனையில் ஆழ்ந்திருந்தனர். மரணமடையும் வேளையில் நான் மூட மறந்த என் கண்களை அவர்கள் துயரத்துடன் மூடுகிறார்கள். பெர்ணத்தெத்தாம்மா ஒரு கையால் அவளுடைய கண்ணில் வழியும் கண்ணீரைத் துடைத்தபடி என் மரணவேர்வையை ஒரு கைக்குட்டையால் ஒற்றி எடுக்கிறாள்.

அல்ஃபோன்சாம்மா புன்னகைத்தாள். நான் மரணமடையும்வரை என்னைக் கவனிப்பது அவர்களுக்குப் பெரும்பாரமான ஒரு வேலையாக இருந்தது. மரணத்திற்குப் பிறகும் அது தொடர்கிறது. இனி என்னைக் குளிப்பாட்ட வேண்டும். அலங்கரிக்க வேண்டும். சலவை செய்த

ஆடைகளை என் உடலுக்கு அணிவிக்க வேண்டும். சவ ஊர்வலத்தின்போது கையில் பிடித்துக்கொள்ள பூங்கொத்து தயாரிக்க வேண்டும். தலையில் அணிவிக்க வெள்ளிநிறக் காகிதப்பூக்களை நூல்கம்பியில் கோர்த்து கிரீடம் செய்ய வேண்டும். எனக்கான பெட்டி செய்ய வேண்டும்.

அல்ஃபோன்சாம்மா ஒரு தளிர்க் காற்றாக அவர்களிடையே அலைந்தபடி ஒவ்வொருவரையும் முத்தமிட்டாள்.

பிறகு தன் ஜீவனின் கனத்தைத் தாங்கிய கடைசித் துளியையும் ஒரு நனைந்த பறவையைப் போல உதறித் தள்ளிவிட்டு அவள் பெருமகிழ்ச்சியோடு வராந்தாவிற்கு ஒழுகினாள். பின்னர் அங்கிருந்து முற்றத்திற்கு ஊர்ந்து சென்றாள்.

உச்சிவெயில் கண்களைக் கூசச் செய்யுமளவு அவளை நடுக்கியது. ஈசோ! வெயிலைப் பார்த்த காலமெல்லாம் அவள் மறந்தே போயிருந்தாள். வெயிலின் ஒளிர்வு அவளுக்கு உறக்கத்தை வரவழைத்தது. வராந்தாவின் குளிர்மையில் ஒரு ஒளித்துகளாய்ச் சென்று சேர்ந்தாள்.

விழித்தபோது அவள் கண்ணில் பட்டது, தான் நோய்வாய்ப்பட்டுப் படுத்திருந்த அறை. அருகில் யாருமில்லை. தன் கட்டிலில் சலவை செய்த வெண்மையான போர்வை ஒன்று விரிக்கப்பட்டிருக்கிறது. அதன்மீது இதயவடிவில் ஒரு ஜெபமாலை வைக்கப்பட்டிருக்கிறது. பக்கத்தில் ஒரு ரோஜாப்பூ. ஒரு தூய்மை, ஒரு அழகு. தன் அறையின் தூய்மையான அழகைப் பார்த்து அவள் சிரித்தாள். தன் கைகளின் நினைவுகளால் கட்டிலைத் தழுவியபடி அதனைச் சுற்றிப் பரவியபடி, ‘என்கட்டிலே, என் சினேகிதா, எத்தனை வருடங்கள் என் உடலை நீ சுமந்தாய்? இனி உன்மீது படுக்க நோயற்ற ஒரு உடம்பு கிடைத்து உன் பாரங்களைக் குறைத்துக் கொள்’ என்றாள்.

அல்ஃபோன்சாம்மாவிற்குத் தன் உடலை மீண்டும் ஒருமுறை பார்க்க வேண்டும் என்ற ஆசை தோன்றியது. என்னை ஒரு பெண்ணாக்கிய உடல். அதைத்தான் நான் முதலில் உதறித் தள்ளினேன். ஆனாலும் அது வேதனைப்பட்டும் வேதனைப்பட வைத்தும் இத்தனை காலமும் என் கூடவே வந்தது. என் தங்கமே, இதுவரை நான் உன்னை ஒரு முறைகூட முத்தமிட்டதில்லை. உன்னை முழுவதுமாகப் பார்த்ததுகூட இல்லை. தன் உடல் தனிமைப்படுத்தப்படப் போவதை நினைத்தபோது ஒரு வேதனை அவளினூடாக ஒரு அலையைப் போலப் புரண்டது. அவள் மீண்டும் உறக்கத்தில் ஆழ்ந்தாள்.

விழித்தபோது அவளுடைய படுக்கையறையின் முற்றம் கண்ணில் பட்டது. அங்கே மரக்கிளைகளும் வாழையிலைகளும் விரித்த நிழலில் அவள் மிகவும் நேசித்த ஒரு பெட்டைக்கோழி கொக்கரித்துத் தன் குஞ்சுகளை அழைத்துக் கொண்டிருக்கிறது. அவை தாயின் காலடியில் ஓடி வந்து சேர்ந்தன. கோழியைப் பயமுறுத்திய அந்தச் சத்தம் அவளுக்கும் கேட்டது. ஒரு மணியோசை. அல்ஃபோன்சாம்மா அங்கே திரும்பியபோது மடத்தின் வராந்தாவில் தன் இறுதிச்சடங்கு ஊர்வலத்திற்கான ஏற்பாடுகள் நடந்து கொண்டிருப்பதைப் பார்த்தாள்.

கணக்குப் பரீட்சையில் தேர்ச்சிபெற என் மூலம் பிராத்தனை நடத்த வரும் குரியாதான் மரண மணியோசையை எழுப்புகிறான். முற்றத்து வெயிலில் நின்றபடி அவன் தாளத்தோடு ஒலியெழுப்புகிறான். கிலும்.... கிலும்.... கிலும்... அவள் புன்னகைத்தாள். ‘குரியா நீ எனக்காக மணி அடிக்க வந்திட்டியா?’ அவள் வெயிலில் வேர்த்து போயிருந்த குரியாவின் முகத்தை ஒரு குளிர்க்காற்றெனத் தழுவினாள். அந்த மணியை அவளே அடிக்க வேண்டுமென அவளுக்குத் தோன்றியது. ஆனால் தன் ஆசையை தனக்குள்ளே புதைத்துக் கொண்டாள்.

சிலுவையையும் குடையையும் எடுத்துக்கொண்டு சமையல்காரக் குஞ்ஞும்மாவும் தெரேசாவும் முற்றத்தில் இறங்குவதைப் பார்த்த அல்ஃபோன்சாம்மாவின் இதயம் ஒருமுறை துடித்தது. எனக்குக் கஞ்சி கொடுத்த இந்தக் கைகள்தான் என்னுடைய சிலுவையையும் குடையையும் பிடித்திருக்கிறதா? அவள் துயரத்தோடும், நன்றியோடும் அந்தக் கைகளில் முத்தமிட்டபடி அவற்றைத் தழுவி நின்றாள்.

தன் சவப்பெட்டியை யாரெல்லாம் சுமந்து வருகிறார்கள் என்பதைப் பார்த்தபோது அவளுடைய துக்கம் மறைந்து போனது. வெட்கத்தோடும் மகிழ்ச்சியோடும் கலகலவென்ற ஒரு சிரிப்பை உதிர்த்தாள். அய்யோ! என் சகோதரிகளேதான் என்னைக் கல்லறைக்கு எடுத்துப் போகிறார்கள். நிறைந்து வழியும் சினேகத்தோடு அவள் அவர்களை நெருங்கினாள். ‘என் சினேகிதிகளே என்னிடம் நீங்கள் காட்டும் இந்த அன்பிற்கு நான் எப்படி நன்றி சொல்வேன்? நான் மிகவும் பாரமாக இருக்கிறேனா? கல்லறைக்குச் செல்வதற்குள் பாரம் சுமக்க முடியாமல் என்னைக் கீழே போட்டு விடுவீர்களா?’ அவர்களுக்கிடையே அவளும் நுழைந்து, ‘சகோதரிகளே, நானும் உங்களுடன் சேர்ந்து தூக்கிச் சுமக்கட்டுமா?’ என்று கேட்டாள்.

அப்போது அவள் தன் அப்பாவையும், சகோதரியையும், சகோதரர்களையும் பார்த்தாள். அவர்களைத் தழுவியபடி அவள் அவர்களுக்கிடையில் பறந்தாள். ‘என் பிரியமான அப்பா, அக்கா, என் சகோதரர்களே, இதோ உங்களுக்கு அன்னக்குட்டியின் முத்தம்! எப்போதும் நீங்கள் மகிழ்ச்சியாகவே இருக்கணும். அழக்கூடாது.’ அவள் அப்பாவின் தளர்ந்திருந்த கண்களைப் பார்த்துப் புன்னகைத்தாள். ‘சிரிங்க அப்பா.’

ஒரு திடுக்கிடலுடன் அவள் தன்னுடைய சொந்தக் குரலைக் கேட்கத் தொடங்கினாள்.

'பிரியமான என் அண்ணா, என்கிட்ட இருந்த ஒரு பழைய குடை போனவாரம் ஒடஞ்சு போச்சு....'

அல்ஃபோன்சாம்மா ஆச்சரியமாகத் தன்னைச் சுற்றிலும் பார்த்தாள். யார் அது? இன்னும் ஒரு நான் இங்கேயிருக்கிறேனா? இன்னும் மரணமடையாத ஒரு நான். அவளுடைய குரல் தொடர்ந்தது.

'இப்போது குடையில்லாமத்தான் நான் போறேன். மலைப் பிரதேசமா இருக்கிறதுனால மழையும் குளிரும் அதிகமா இருக்கு...'

நினைவுகள் அவளுக்குள் நுரையாகப் பொங்கின. தன் வார்த்தைகளைப் புரிந்துகொண்டு அவள் சவப்பெட்டிக்குப் பின்னால் நின்று கொண்டிருக்கும் தன் மூத்த சகோதரனை வேதனையோடு பார்த்தாள். 'காசு கேட்டுக் கடிதமெழுதி நான் உனக்கு ரொம்பத் தொந்தரவு கொடுத்திட்டேன் இல்ல? எனக்குக் குடையில்லை மழைச் சகோதரீ என்று சொல்லி நனைந்தே போயிருக்கலாம்' அவள் குரல் தொடர்ந்தது.

'தேவாலயம் கொஞ்சதூரத்தில் இருந்ததாலதான் குடை இல்லாம கஷ்டமா இருந்தது. என்கிட்ட குடையில்லைன்னு போன தடவை அப்பா வந்தப்பவே சொல்லியிருந்தேன். அப்பாவால வாங்கித் தர முடியாததாலதான் உங்க யாருகிட்டயும் அதப்பத்திப் பேசல போலருக்கு.'

அல்ஃபோன்சாம்மா வெளியே சொல்ல முடியாத மனவேதனையோடு அப்பாவைப் பார்த்தாள். என் பிரியமான அப்பா, உங்களையும் நான் மிகவும் வேதனைப் படுத்திட்டேன் இல்லையா? வீட்டை விட்டு வெளியேறினாலும் நான் உங்களையெல்லாம் என்னுடைய கைக்குள்ளேயே அடக்கி வைத்திருந்தேன்! என்னை மன்னித்து விடுங்கள். அண்ணா எனக்கு ஒரு குடை வாங்கக் காசு தந்தா ரொம்ப சந்தோஷம்தான். வழி ரொம்ப மோசமா இருக்கறதுனால இன்னொருத்தர்கூட ஒரே குடைல நடந்து போறதும்

கஷ்டமாயிருக்கு. உன்னால முடியும்னா அஞ்சு ரூபாயாவது தா.'

அல்ஃபோன்சாம்மா அழுதபடியே இருவரின் கன்னங்களிலும் முத்தமிட்டாள். பின்னர் தன் சவப்பெட்டியில் ஒட்டப்பட்டிருந்த நட்சத்திரங்களில் ஒன்றில் ஒட்டி உட்கார்ந்து கொண்டாள்.

இறுதி ஊர்வலம் முன்னேறிச் சென்றது. அல்ஃபோன்சாம்மாவும் தன் சடலத்தோடு சேர்ந்து கல்லறைக்குப் பயணமானாள். கனவு காண்பவனைப்போல தூரத்தில் எங்கேயோ பார்த்தபடியே சூரியா மணியை ஆட்டிக்கொண்டு சென்றான். கிலும்.... கிலும்.... அவளுக்கு மறுபடியும் தூக்கம் வருவதுபோல இருந்தது. தன் பலம் முழுவதையும் பயன்படுத்தி அவள் அதை விரட்டினாள். என் இறுதிச்சடங்கின்போது நான் தூங்குவதா?

அவளின் சவப்பெட்டி மடத்தின் படிகளில் இறங்கிக் கொண்டிருக்கும்போது சாரல்மழையின் சில துளிகள் வெயிலின்மீது வந்து விழத்தொடங்கின. அல்ஃபோன் சாம்மாவின் சங்கடங்கள் மறைந்தன. .... ப்பூ..... மழை! சவப்பெட்டியின் மூடியின்மீது மழைத்துளிகள் விழும் சத்தத்தில், தான் நோயுற்றுப் படுத்திருந்த அறையின் வராந்தாவில் நின்றபடி மழையைத் தொடுவதற்காக ஏறவானத்தை நோக்கி கையை நீட்டி நின்ற நினைவு அவளுக்கு வந்தது. சிரித்தபடியே மழையினூடே பரவிச் சென்றாள். 'இனிமேல் எனக்குக் குடை வேண்டாம்! இனி எனக்கு ஜுரம் வராது! இனிமேல் எனக்குக் காசு வேண்டாம்!'

சாரல்மழை நின்று போனது. மண்வாசனையோடு, பொங்கும் உஷ்ணத்தோடு இறுதி ஊர்வலம் பாதையின் மறுபக்கத்திற்குச் சென்றது. அப்போதுதான் அவள் பாதர் ரோமளூஸைப் பார்த்தாள். குற்றஉணர்வோடும், மகிழ்ச்சிப்பெருக்கோடும் பாதரை உற்றுப்பார்த்தபடி

நின்றாள். 'என் ப்ரியமான பாதர், உங்களை நான் எப்படி இவ்வளவுநேரம் பார்க்காமலிருந்தேன்?' அவளுக்குள் மகிழ்ச்சி நிறைந்தது. அவரருகில் பறந்துசென்ற அவள், 'பாதர், என்னை அடக்கம் செய்ய நீங்கள் வராமல் இருக்க மாட்டீர்கள் என்று எனக்கு நன்றாகத் தெரியும். ஆனால், பல நினைவுகளால் என்னால் உங்களைப் பார்க்க முடியவில்லை! என்றாள். பாதரின் நெற்றியில் அரும்பிய வேர்வைத்துளிகளை ஓர் இளம்காற்றாக வீசித் துடைத்தபடி, பாதர் இப்போது என் இறுதிச்சடங்கில் எல்லாம் நிறைவாக இருக்கிறது. என்ன அதிசயம்!' என்றாள். அவள் புன்னகையோடு 'இறந்தவர்களின் பாவ மன்னிப்பை ஏற்றுக் கொள்வீர்களா பாதர்? இல்லையென்றால் நான் யாரிடம் பாவமன்னிப்பு கோருவேன்? இனிமேல் என்னால் பாவம் செய்ய முடியாதா? இனி எனக்குச் சந்தேகங்களும் குழப்பங்களும் உண்டாகாதா? யார் எனக்கு உபதேசம் செய்வார்கள்?' என்றாள். அவள் பாதரின் காதில், 'என் மனசாட்சியின் பிரியமுள்ள குருவே, உங்களுக்கு என் முத்தங்கள்' என முணுமுணுத்தாள்.

வேண்டாமென்று தோன்றியபோதும், ஆசையை அடக்க முயன்று, முடியாமல் அவள் தன் இறுதிச்சடங்கில் எத்தனைபேர் கலந்துகொண்டார்கள் என்று எண்ணினாள். 'ஈசோ! பதினெட்டு பேர்! என்னையும் சேர்த்துக் கொண்டால் பத்தொன்பது! பெட்டிக்குள்ளிருக்கும் என் சடலத்தையும் சேர்த்தால் இருபது!' அவள் சிரித்துக்கொண்டாள். 'புதிய கல்லறைத் தோட்டத்திலுள்ள புதிய குழியின் ஈர மண்ணில் என்னை நாற்றாக நட்டுவைக்க இத்தனை பேர் வந்துவிட்டார்களே' அவள் பெருமகிழ்ச்சியோடு சவப் பெட்டியிலிருந்த தன் உடலைப் பார்த்து, 'பயப்படாதே, உழுது புரட்டிய புதிய மண்ணுக்குள்ளேதான் நீ போகப் போற! சேனையும், மாவும், வாழையும், மிளகும், பலாவும் வளர்ந்த வளமான மண்' என்றாள்.

தேவாலய முற்றத்தின் படிகளில் ஏறும்போது பெட்டியைச் சுமந்த சகோதரிகள் பெருமூச்சு விட்டபடி சென்றனர். அவர்களுக்கு வேர்த்து ஒழுகியது. அல்ஃபோன்சாம்மா வேதனையோடு, 'என் சகோதரிகளே, நான் என்ன செய்யட்டும்? நான் இப்படி ஆகிவிட்டேனே! இந்தக் கடைசிமுறையும் என்னைப் பொறுத்துக் கொள்ளுங்கள்' என்றாள்.

சவப்பெட்டி தேவலாயத்தில் இறக்கப்பட்டு பிரார்த்தனை தொடங்கியபோது அல்ஃபோன்சாம்மா தன் உடலிடம் விடைபெற்றுக் கொள்ளச் சென்றாள். சவப்பெட்டியின் நான்கு தூண்களில் உயர்த்தி நிறுத்தப்பட்டிருந்த மூடியின் கறுப்பு மேல்கூரையின் கீழே அவள் தன் முகத்தைப் பார்த்தாள். வெளிறியிருக்கிறது. சுகமான உறக்கத்தில் ஆழ்ந்திருப்பதாகத் தோன்றியது. 'நான் இறந்த செய்தி நீ அறியவில்லையா அன்னக்குட்டி?' மேலுதடு கொஞ்சம் தூக்கலாக இருப்பதால் பல் வெளியே தெரிகிறது. அவளுக்குத் தன் சொந்த உதடுகளை மூடவேண்டுமென்று தோன்றியது. மரணமடையும்போது கண்களை மூடுவதைப் போலவே, உதடுகளையும் மூட வேண்டாமா?' என்றாள். பிறகு அந்த மூடிய கண்களிலும் வெளிறிய கன்னங்களிலும் நெற்றியிலும் முத்தமிட்டாள். 'என் பிரியமான அன்னக்குட்டீ!.'

அப்போதுதான் காதோரத்து முடிக்கற்றைகளுக்கு இடையில் ஒரு வெள்ளைமுடியை அவள் பார்த்தாள். அல்ஃபோன்சாம்மா நடுங்கிப் போனாள். 'ஈசோ! எனக்கு நரைத்துவிட்டது! முப்பத்தாறாவது வயதில்!' துக்கத்தின் ஒரு மின்னல் அவளிலூடே கடந்து போனது. அவள் அதை இல்லாமலாக்கினாள். பிறகு தன் உடலை அணைத்துக் கொண்டு, 'பரவாயில்லை 'பரவாயில்லை இனி நமக்கு ஒன்றுமே பிரச்சனையில்லை' என்றாள்.

பாதர் ரோமுளூஸ் இறுதிப் பிரசங்கத்தை முடித்துக் கொண்டிருந்தார்.

'இவள் வசித்த கன்னியர்மடம் புனிதமாகிறது. இவளுடைய உடல் அடக்கம் செய்யப்பட உள்ள இந்த பரணங்ஙானம் கிராமம் புனிதமாகிறது....' அல்ஃபோன்சாம்மா வெட்கத்தோடு புன்னகைத்தாள். என்னிடமுள்ள நேசத்தால் பாதர் இப்படிச் சொல்கிறார்! பாதர், என்னைக் கல்லறையின் புதுமண்ணில் நடும்போது என்மீது சினேகத்தின் உரமிடுங்கள். நான் பத்துக்கு - நூறாக விளைவேன். கதிர் குலைகளாகக் காற்றில் ஆடுவேன். வெயிலில் முற்றி அறுவடை தினத்திற்குக் காத்து நிற்பேன்.

சோர்ந்து போன சகோதரிகளுக்குப் பதிலாக வேறு சிலர் வந்தனர். இறுதி ஊர்வலம் தேவாலய நிழலிலிருந்து காற்று நிரம்பிய வெயிலை நோக்கி நகர்ந்தது. கல்லறையில் தன்குழியின் ஓரங்களில் நனைந்த சிவப்புமண் குவிக்கப்பட்டிருப்பதை அவள் பார்த்தாள். நல்ல மண் மணம்! சகோதரிகள் சவப்பெட்டியைக் குழிக்கருகே இறக்கி வைத்தனர். அவர்கள் அழுகிறார்கள். அப்பா அழுகிறார் பாதர் ரோமுளூஸ் கண்களைத் துடைக்கிறார்.

தன் உள்ளத்தின் அடியாழத்திலிருந்து மேலே ஒரு விம்மல் உயர்ந்து வருவதாகத் தோன்றியது. அழுதபடியே அவள் தனக்காக அழுபவர்களின் இடையில் வெயிலின் ஒரு அசைவுபோலக் கடந்துபோனாள். அவர்களின் கண்ணீர்த் துளிகளில் முத்தமிட்டாள்.

உடல்அடக்கம் முடிந்தது. தன் இறுதிச்சடங்கு முடித்து போகின்றவர்களைப் பார்த்தபடியே நின்றிருந்தாள் அல்ஃபோன்சாம்மா. கடைசியில் அவளும் அவளுடைய கல்லறையும் தனித்து விடப்பட்டிருக்கிறது. ஆறடிநீளக் குன்றாகக் குவிக்கப்பட்ட மண்ணின் மீதிருந்த பூக்களும் மெழுகுவர்த்திகளும் அவளிடம் ஒரு புன்னகையை

வரவழைத்தது. பிறகு வெயிலில் கரைவதற்கு முன்னர், நீல ஆகாயத்தையும், மேகக்கூட்டங்களையும் பார்த்துச் சிரித்தபடி, 'அய்யோ இனி சொர்க்கத்திற்கான வழியை யார் எனக்குக் காண்பிப்பார்கள்?' என்றாள் அல்ஃபோன்சாம்மா.

குறிப்பு :

சிஸ்டர் அல்ஃபோன்சாம்மாவின் கடிதத்திலிருந்தும், பாதர். ரோமுளூஸ். சி.எம்.ஐ. யின் இறுதிச்சடங்கு பிரசங்கத்திலிருந்தும் கதையில் பயன்படுத்தப்பட்ட வாசகங்களுக்கும்.

சி. டாமியானோஸ் எப்.சி.சி தொகுத்த அல்ஃபோன்சாம்மாவின் கடிதங்கள் என்ற புத்தகத்திற்கும் மிக்க நன்றி.